சுற்றுச்சூழல் கட்டுரைகள்

சுப்ரபாரதிமணியன்

நியூ செஞ்சுரி புக் ஹவுஸ் (பி) லிட்.,
41-பி, சிட்கோ இண்டஸ்டிரியல் எஸ்டேட்,
அம்பத்தூர், சென்னை - 600 050.
☎ : 044 - 26251968, 26258410, 48601884

Language: Tamil
Suttrusuzhal Katturaigal
Author: **Subrabharathimanian**
First Edition: December, 2022
Copyright: Publisher
No.of Pages: 110
Publisher:
New Century Book House Pvt. Ltd.,
41-B, SIDCO Industrial Estate,
Ambattur, Chennai - 600 050.
Tamilnadu State, India.
Email: info@ncbh.in
Online: www.ncbhpublisher.in

ISBN: 978-81-2344-388-1
Code No. A4742
₹ 140/-

Branches
Ambattur (H.O.) 044 - 26359906 **Spenzer Plaza (Chennai)** 044-28490027
Trichy 0431-2700885 **Pudukkottai** 04322- 227773 **Thanjavur** 04362-231371
Tirunelveli 0462-4210990, 2323990 **Madurai** 0452 2344106, 4374106
Dindigul 0451-2432172 **Coimbatore** 0422-2380554 **Erode** 0424-2256667
Salem 0427-2450817 **Hosur** 04344-245726 **Krishnagiri** 04343-234387
Ooty 0423 - 2441743 **Vellore** 0416-2234495 **Villupuram** 04146-227800
Pondicherry 0413-2280101 **Nagercoil** 04652 - 234990

சுற்றுச்சூழல் கட்டுரைகள்
ஆசிரியர்: சுப்ரபாரதிமணியன்
முதல் பதிப்பு: டிசம்பர், 2022

அச்சிட்டோர்: **பாவை பிரிண்டர்ஸ் (பி) லிட்.,**
16 (142), ஜானி ஜான் கான் சாலை, இராயப்பேட்டை, சென்னை - 14
☎: 044-28482441

All rights reserved. No part of this book may be reprinted or reproduced or utilised in any form or by any electronic, mechanical, or other means, now known or hereafter invented, including photocopying and recording, or in any information storage or retrieval system, without permission in writing from the publishers.

பொருளடக்கம்

அணிந்துரை 5

1. வெறும் கழிப்பறைக் காகிதங்களா சுற்றுச்சூழல் முயற்சிகள் 7
2. சூழலியல் பாதுகாப்பு நுகர்வோருக்கென ஒரு வலை 10
3. கண்டுகொள்ள வேண்டிய சுற்றுச்சூழல் சிக்கல்கள் 17
4. கொரானா வைரஸ் மற்றும் மனித இன வைரஸ் 20
5. பிளிறல் 23
6. காற்று மாசு 27
7. சுற்றுச்சூழல் விருதுகள் 30
8. கழிவுகள் 35
9. பசுமை வியாபாரம் 39
10. கொரானா காலத்திற்குப் பின் தண்ணீர் போத்தல்கள் டீசர்ட்டுகளாக மாறும் விசயமும் இப்படித்தான்... 42
11. எல்லோருக்குமான சூழலியல் 46
12. உயிரி பண்பாட்டு மையம் 53
13. வளத்தை சுமக்கும் வளமான மனங்கள் 56
14. நீர்க் கழிவும், புற்றுநோயும் 60
15. புதிய கிரகம் காட்டும் இன்டர்ஸ்டெல்லர் 63
16. பரவும் தீ 65
17. எனக்குக் கேட்கல... உங்களுக்கு கேக்குதா 70
18. பருவநிலை மாற்றம்: சூடாகும் பூமி 74
19. சுற்றுச்சூழல் ஆவணப்படம்: வெள்ளத்திற்கு முன் 78
20. ஏர்முனையும் பேனா முனையும் 80
21. நல்லாறுகள் 82

22. நீரே அமிர்தமும் நஞ்சராயன் குளமும் — 84
23. சூழலியல் தீர்வு — 86
24. போப் சூழலியல் — 90
25. விதவிதமான "பாலை" — 94
26. சூழலியல் அடிப்படை வாதமும், சுற்றுச்சூழலை மையமாகக் கொண்ட சமீபத்திய 2018ன் இரு படங்களும் — 97
27. கழிவு நீர் மேலாண்மை — 100
28. புகையே பகை — 104
29. சுப்ரபாரதிமணியனின் பிற சுற்றுச்சூழல் நூல்கள் — 109

அணிந்துரை

தமிழ்நாட்டில் பசுமை இலக்கிய வெளியில் தோன்றிய முன்னெடுப்புகளில் சுப்ரபாரதிமணியன் அவர்களின் படைப்புகள் சிறப்பிடம் பெறுகின்றன. கட்டுரைகள் மூலமும் புனை இலக்கியம் மூலமும் புறவுலகைப் பற்றிய ஒரு விழிப்பை உருவாக்கி வருகின்றார். சுற்றுச்சூழல் பற்றிய கரிசனமும் சமூகநீதி பற்றிய அக்கறையும் பின்னிப்பிணைந்துள்ளன என்பதையும் சுற்றுச்சூழல் சீரழிவால் முதல் அடி வாங்குவது ஏழை மக்கள் தான் என்பதையும் அவர் படைப்புகள் காட்டுகின்றன. இதை திருப்பூரை விட துல்லியமாக வேறு எந்த இடத்திலும் பார்க்க முடியாது எனலாம். இயற்கையுடனும், மற்ற உயிரினங்களுடனும் நமக்கு இருந்த மரபுப் பூர்வமான பிணைப்பு இப்போது துண்டிக்கப்பட்டிருக்கின்றது. இயற்கையினின்று நாம் அந்நியப்பட்டுப்போய்விட்டோம். நம்மைச் சுற்றியுள்ள புறவுலகை, அதிலுள்ள உயிரினங்களை நாம் கண்டுகொள்வதேயில்லை. நம் வீட்டு பூந்தொட்டிக்கு வரும் வண்ணத்துப்பூச்சி, மரத்தில் வந்தமரும் கரிச்சான் குருவி, நீல வானம், விண்மீன்கள், மேகக்கூட்டம் எதையுமே நாம் பார்ப்பதில்லை. இன்று பௌர்ணமி என்பதை நாட்காட்டியைப் பார்த்துத்தான் தெரிந்து கொள்கிறோம். பெருநகர வாழ்வில் அந்தஸ்து, அதன் அடையாளங்கள், பொருள், புகழ் என்று அலையும் நமக்கு இவை தெரிவதில்லை. இன்று நம்மை வதைக்கும் சூழலியல் கொடுமைகளுக்கு இந்த அந்நியப்படுத்துதல் ஒரு முக்கிய காரணம். அறுந்து போன இந்தப் பிணைப்பு பற்றிய ஒரு புரிதல் ஏற்பட்டால் சூழலியல் சீர்கேட்டிற்கும், வறுமைக்கும் உள்ள தொடர்பு, நம் வாழ்வின் அன்றாட வளத்திற்கும் பல்லுயிரியத்திற்கும் உள்ள பிணைப்பு ஆகியவற்றை மக்கள் உணர்ந்து செயல்பட முடியும். ஆனால், தமிழ்நாட்டில் சுற்றுச்சூழல் சீரழிவு பற்றிய கரிசனம் உருவாகவில்லை. அதற்கு ஒரு காரணம் தமிழில் இந்தப் பொருள் சார்ந்த நூல்கள் மிகவும் குறைவு. ஆகையால்தான் மக்கள் சார்ந்த இயக்கம் ஒன்றும் இங்குப் பெரிதாக உருவாகவில்லை (கூடன்குளம் அணுசக்தி எதிர்ப்பு இயக்கம் ஒரு விதி விலக்கு. இந்தப் பின்புலத்தில் தான் சுப்ரபாரதிமணியனின் கட்டுரைகளை நாம் பார்க்க வேண்டும். சீரழிக்கப்பட்டு மறைந்து வரும் ஆறுகளைப்பற்றி எழுதுகின்றார். ஐம்பதாண்டுகளுக்கு முன் ஓடிக்கொண்டிருந்த நொய்யல் நதி இன்று அழிந்து போய்விட்டது. அதே போலத்தான் நஞ்சராயன் ஏரி பற்றி இவர்

எழுதியிருப்பதும் தமிழ்நாட்டில் பல நீர்நிலைகளுக்கும் இதே கதிதான். ஏரிக்கு வரும் சிறு சிறு கால்வாய்களை மறித்து வீடுகள் கட்டி விடுவதால் ஏரிகள் வறண்டு போகின்றன; நீரற்றுக் கிடக்கும் இந்த இடத்தை கொஞ்சம் கொஞ்சமாக ஆக்கிரமித்து விடுகின்றார்கள். கோயம்புத்தூரில் பரந்திருந்த வாலாங்குளத்தின் இன்றைய நிலையைப் பாருங்கள், வலசை வரும் மனிதர்களைப் பற்றி சுப்ரபாரதிமணியன் எழுதியிருக்கும் கட்டுரை அண்மையில் நம் நாட்டில் நிகழ்ந்த அவலத்தைப் பற்றிய தீர்க்கதரிசனம் போலுள்ளது. இந்நூலில் இடம் பெற்றுள்ள காலநிலை மாற்றம், பல்லுயிரியம் போன்ற கருதுகோள்களைப் பற்றிய கட்டுரைகள் எளிய நடையில் உள்ளன. சுற்றுச்சூழல் பற்றிய ஒரு பரந்த விழிப்பிற்கு இந்தக் கட்டுரைகள் உதவும் என்பதில் சந்தேகம் இல்லை.

பெங்களூரு. தியடோர் பாஸ்கரன்

வெறும் கழிப்பறைக் காகிதங்களா சுற்றுச்சூழல் முயற்சிகள்...

சமீப ஆண்டுகளில் நிகழ்ந்துவரும் நோய்த்தொற்றும் பேரழிவுகளும் பல ஆண்டுகளுக்குத் தொடரும் என்பதை உலகின் வெப்பநிலை உயர்வால் அறிந்து கொள்ள முடிகிறது. வெப்பநிலை உயர்வினால் உலகில் பேரழிவுகள் நிகழக்கூடிய வாய்ப்புகள் உள்ளன. வெறும் 1.5 டிகிரி வெப்பம் உயர்ந்தால் ஒரு பில்லியன் மக்கள் கடுமையான வெப்பத்தால் பாதிக்கப்படுவார்கள் என்பதை சென்ற ஆண்டு நடந்த ஸ்காட்லாந்து நாட்டு கிளாஸ்கோ காலநிலை மாற்றத்தின் அறிகுறிகள் பற்றிய மாநாடு தெரிவித்திருக்கிறது.

இந்த மாநாட்டில் வழக்கம்போல் பல தீர்மானங்கள் நிறை வேற்றப்பட்டு இருக்கின்றன. இதுவரை நிறைவேற்றப்பட்ட தீர்மானங்களும் ஒப்பந்தங்களும் வெறும் கழிப்பறைக் காகிதங்களாக நின்றுவிட்டன என்று விமர்சிக்கும் சுற்றுசூழல் வாதிகளும் இருக்கிறார்கள்.

உலகின் நுரையீரல் என்று அழைக்கப்படும் அமேசான் காடுகள் எரிந்து கொண்டிருக்கின்றன. வளர்ச்சிப் பணிகளுக்காக பிரேசில் 10 ஆண்டுகளுக்குள் காடழிப்பு முடிவுக்குக் கொண்டுவரும் ஒப்பந்தத்தில் கையெழுத்திட்டுள்ளது. ஆனால், இதன் பின்னாலுள்ள செயல்திட்டங்கள் ஏமாற்றம் தருகின்றன. பல்வேறு புதிய நோய்க் கிருமிகளும் அழிவுகளும் மனித குலத்தை கவலையோடு பார்க்கச் செய்திருக்கிறது.

புதைபடிவ எரிபொருள் இருந்து புதுப்பிக்கத்தக்க எரிசக்தியை உயர்த்துவதன் மூலம் இந்த வெப்ப நிலையை உயர்வைத் தவிர்க்கலாம் அதனால் ஏற்படக்கூடிய மிகப்பெரிய நஷ்டத்தை ஏற்றுக்கொள்ள கார்ப்பரேட்கள், முதலாளிகள் தயாராக இல்லை என்பதுதான் இன்றைக்கு இருக்கிற உண்மையான நிலை.

புவி வெப்பமயமாதல் தொடர்ந்து அதிகரித்தால் கடந்த நூற்றாண்டுகளுக்கு முன்பு நிகழ்ந்த பேரிடர்கள் இனிமேல் சாதாரணமாக ஒவ்வொரு ஆண்டும் நிகழும் என்பதும் எச்சரிக்கையாக இருக்கிறது.

இவற்றைக் கட்டுப்படுத்தாவிட்டால் என்னவாகும்... இந்தியாவில் சுமார் 20 கோடி மக்கள் நீர் இன்றி தவிப்பார்கள். இமயமலை உருகி பல பகுதியில் காணாமல் போகும். பல புதிய தொற்று நோய்கள்

உருவாகும். மக்கள் தண்ணீர் தட்டுப்பாட்டால் தவிப்பார்கள். மழையின்றி வேளாண்மை அழியும். நூறு கோடி மக்கள் பட்டினியால் மடிவார்கள். பல நகரங்கள் கடலுக்கடியில் போய்விடும். இதிலிருந்து தப்பிப்பதற்காக வேறு கிரகங்களுக்குச் சென்று குடியேறும் திட்டங்களைப் பற்றியும் விஞ்ஞானிகள் பேசிக்கொண்டிருக்கிறார்கள். செவ்வாயில் நாம் குடியேறுவது அடுத்த தேர்வு என்று மறைந்த ஸ்டீபன் ஹாக்கின்ஸ் சொன்னார். அப்படி வேறு கிரகங்களில் சென்று குடியேறும் வாய்ப்புகள் வசதியுள்ளவர்களுக்கு வாய்க்கும். சாதாரண மக்களுடைய வாழ்க்கை மிகுந்த சிரமம் ஆகிவிடும்.

சூழலியல் அக்கறை என்பது இது போன்ற கார்ப்பரேட் முதலாளிகளுக்கு அவ்வப்போது மனதில் வருவது. தங்களின் தொழிலை காப்பாற்றிக் கொள்கிற அக்கறையால்தான். நிலக்கரி பெட்ரோல் உள்ளிட்ட புதைபடிவ எரிபொருட்களை எரிப்பதால் புவி வெப்பமாதல் அதிகரிக்கிறது. இதற்கு காரணமான பசுமை இல்ல வாயுக்களின் வெளியேற்றத்தை இந்த நூற்றாண்டில் பாதிக்கும் கீழாகக் கொண்டு வருதல் என்பது பல ஆண்டுகளாகப் பேசப்பட்டு வருகிறது. வரன்முறை இல்லாமல் கனிம வளங்களைச் சுரண்டுதல், காடுகளை அழித்தல், நீர்நிலைகளை அழித்தல், சுற்றுச்சூழலை நாசம் செய்யும் தொழிற்சாலைகளை உருவாக்குதல், அவை வெளியேற்றும் கழிவுகள் ஆகியவையே பருவநிலை மாற்றத்திற்கும் புவி வெப்பமாதலுக்கும் முக்கிய காரணமாக இருக்கின்றன.

அதிக அளவில் பசுமை இல்ல வாயுக்களை வெளியேற்றும் நாடான அமெரிக்கா இடையில் பாரிஸ் ஒப்பந்தங்களில் இருந்து விலகிக் கொண்டது. இப்போதைய அமெரிக்க அதிபதி அதில் சேர்ந்து கொண்டது ஆரோக்கியமான விஷயம்தான். அமெரிக்கா, சீனா உள்ளிட்ட நாடுகள் வாக்குறுதி தருவதும் பின்னால் தயங்குவதும் என்று தெளிவற்ற பாதையை பல சமயங்களில் வெளிப்படுத்தி யிருக்கிறார்கள். எந்த ஒரு தனி நாட்டையும் விட புதைபடிவ எரிபொருள் நிறுவனங்களின் எண்ணிக்கைகள் உயர்ந்து கொண்டே இருக்கின்றன. நிலக்கரியின் பயன்பாட்டை படிப்படியாகக் குறைக்க வேண்டும் என்று பல்வேறு சமயங்களில் சொல்லப்பட்டன. ஆனால், இந்தியா போன்ற நாடுகளில் அவை குறைந்தபாடில்லை.

புதைபடிவ எரிசக்தியைத் தவிர்த்து புதுப்பிக்கத்தக்க எரிசக்திக்கு மாறுவதன் மூலம் புவி வெப்பமாதல் தவிர்க்கப்படலாம்.

உலகின் பல நாடுகளைச் சேர்ந்த சுற்றுச்சூழல் ஆர்வலர்கள் இந்த மாநாட்டின் போது பெரிய அளவு பேரணிகளையும் ஆர்ப்பாட்டங்களையும் நடத்தி தங்களின் கருத்துக்களை சொன்னார்கள்.

இதுபோன்ற சர்வதேச மாநாடுகள் பிரம்மாண்டமாய் நடந்து வாக்குறுதிகளும் ஒப்பந்தங்களும் தந்து விலகிப் போய் விடுகின்றன.

முதலாளித்துவ உலகின் பொருளாதார அமைப்பு பெரும் அடித்தளம் லாபவெறி. அதனால் பசுமைக்குடில் வாயுக்களைக் குறைப்பது, கரியமில வாயுவைக் குறைப்பது போன்றவை பாதிக்கும் என்பதால் நடைமுறையில் அவர்கள் இவற்றில் அக்கறை செலுத்துவதில்லை. சுற்றுச்சூழல் மாசுபாடு தொடர்ந்து வரும் சூழ்நிலையில் இது சார்ந்தப் போராட்டங்கள் மக்களிடம் விழிப்புணர்ச்சியை கொண்டுவர முயன்று கொண்டிருக்கின்றன. அதை சாதாரண மக்களும் தம் வாழ்க்கையில் கடைபிடிக்க வலியுறுத்தப்படுகிறது. இல்லாவிட்டால் நரக வாழ்க்கைக்கு மனித இனம் தலையைக் கொடுத்துக் கொண்டே இருக்க வேண்டியதுதான்.

சூழலியல் பாதுகாப்பு
நுகர்வோருக்கென ஒரு வலை

சூழலைப் பாதுகாக்கிற நுகர்வோராக நட்சத்திர அந்தஸ்துடன் இருப்பவர்களுக்கு வலை காத்திருக்கிறது. அப்படியொரு அனுபவம் எனக்கு வாய்த்தது. சந்தை விரித்த வலைகளுள் அதுவும் ஒன்று. சுற்றுச்சூழலைப் பாதிக்காத வகையில் தயாரிக்கப்படும் பொருட்கள் மற்றும் இயற்கை வேளாண்மைப்பொருட்களுக்கு நுகர்வோர் மத்தியில் பெரும் வியாபாரச் சந்தை வேறு எந்தக் காலத்தையும் விட கொரானா பாதிப்பு காலத்தில் உருவாகியுள்ளது. நுகர்வோர் விழிப்புணர்வு என்பது இதில் முத்திரையாகக் கொள்ளப்பட்டுள்ளது

- நுகர்வோர் சுற்றுச்சூழல் சார்ந்த பொருட்களை வாங்குவது தாங்கள் ஆரோக்கியமாக இருக்க உதவுகிறது தங்களின் ஆயுளைக் கூட்டுகிறது. மகிழ்ச்சியாக வாழ வழிவகைச் செய்கிறது என்ற ரீதியில் அவற்றை வாங்குவதில் அக்கறை கொள்கிறார்கள். இவை விலை கூடுதலாக இருந்தாலோ அல்லது இன்னொருபுறம் அதிகமானதாக இருந்தாலோ கூட வாங்க நுகர்வோர் தயாராகி விட்டனர். இவர்களைப் பயன்படுத்தி பெருமளவில் விளம்பரங்கள் செய்து லாபம் சம்பாதிக்கிற முத்திரை குத்திக்கொண்ட நிறைய நிறுவனங்கள் சந்தையில் காணப்படுகின்றன.

திருப்பூர் பனியன் உற்பத்தியில் இது போன்ற சுற்றுச்சூழலில் அக்கறை கொண்ட "எக்கோ பிரண்ட்லி" பொருட்களுக்கு பல வெளிநாடுகள் முன்னுரிமை தருகின்றன. இந்த முன்னுரிமையை பலர் விளம்பரப்படுத்தி தங்களை மேன்மையானவர்களாகக் காட்டிக் கொள்கிறார்கள். இந்த விளம்பரங்கள் உண்மையானதா என்ற கேள்வியும் தொடர்ந்து சந்தேகங்களாய் கிளம்பி வருவதுண்டு.

இது போன்று பல உணவுப்பொருட்களுக்கு விளம்பரங்கள் சாதாரணமாகிவிட்டன. இவை வாங்கும் நுகர்வோருக்கு மலைப் பிரதேசங்களில் தங்கி மகிழ்ச்சியாய் இருக்க இடம் வசதி போன்றவை காட்டப்பட்டு வலையில் விழ வைக்கப்படுகின்றன. அப்படி ஒரு தரம் ஒரு வலையில் மாட்டிக்கொண்ட அனுபவம் எனக்குமுண்டு.

தொடர்ந்து இயற்கை விளைபொருட்களை வாங்கினால் மூணாறில் மூன்று நாட்கள் தங்கும் வசதி இலவசம் என்ற அறிவிப்பும் எனக்கும் வந்தன. நான் ஒரு கடையில் வாங்கும் இவ்வகைப் பொருட்களுக்கான அங்கீகாரமாக நானும் எடுத்துக்கொண்டேன்.

இப்படி ஆறு மாத குறுஞ்செய்திகளுக்குப் பின் நான் தேர்வானதாகத் தகவல் வந்து நான் தங்க ஆசைப்படும் இடத்தின் முகவரி, கைபேசி எண் தரப்பட்டது. தொடர்ந்து அவர்களுக்கு நான் வாடிக்கையாளராக இருக்கிறேன் என்பதற்கான ஊக்கம் என்று தெரிவிக்கப்பட்டது.

மூணாறு நகரத்திலிருந்து 20 கிமீ தள்ளி லோயர் கனால் என்ற பகுதி இருக்கும் அந்த விடுதிக்குச் செல்வதற்கு நான் 300 ரூபாய் செலவு செய்தேன். திருப்பூரிலிருந்து மூணாறுக்கு செல்லவே பேருந்துக்கட்டணம் ரூ 170 தான் அங்குச் சென்ற பின் அறை மட்டும் இலவசம் என்றார்கள்.

மலைப்பகுதி தாறுமாறாய் பெரும் பாறைகள். குன்றுகள் போன்றத் தோற்றங்கள் தூரத்துப்பார்வைக்கு அழகாகவே இருந்தன 200 அறைகள் கொண்ட பல கட்டிடங்கள் வெவ்வேறு இடங்களில் அதில் இருவர் தங்கும் அறையில் எனக்கு இடம் தரப்பட்டது. உணவு விடுதியின் பட்டியல் விலையேடு தரப்பட்டபோது அதிர்ச்சியாக இருந்தது. எல்லா உணவுப்பொருட்களும் மிக அதிக விலையில் குறிக்கப்பட்டிருந்தது. மூணாறு நகரில் நட்சத்திர விடுதியில் தங்கும் செலவு போல ஆகிவிட்டது. அங்கிருந்து யானை இறங்கும் பள்ளம் முதற்கொண்டு எங்கு செல்லவும் டாக்சிதான். மூன்று நாள் தங்கலில் பகல் நேரத்தில் அதிகத் தூக்கம், கொஞ்சம் உலாவல் என்று பொழுதைக் கழித்துவிட்டு திரும்பினேன்.

அப்போதுதான் நான் தங்கியிருந்த அப்பகுதிக்கு அருகிலிருந்த பல முக்கிய பன்னாட்டு நிறுவனங்களின் விடுதிகள் பற்றி அறிந்தேன். அங்கு வர அந்த நிறுவனங்கள் ஆசை காட்டி வரவழைத்து விடுகிறார்கள். உணவு விடுதிக்கும் நான் தங்கியிருக்கும் இடத்திற்கும் அரை கி மீ தூரம். செங்குத்தான பகுதி. உணவுக்காக ஏறி இறங்கும்போது மூச்சிரைப்பாகி உடம்பு செய்த சிரமம் சொல்லிமாளாது.

குறைந்த நபர்களே தங்கியிருந்ததால் ஒரு வகையில் பய உணர்விலேயே இருந்தேன். அறையிலிருந்த இன்னொருவர் தொடர்ந்து குடித்தபடியும் பின் நன்கு தூங்கப்பழகி இருந்தார். அவருக்கு எதுவுமே உறுத்தலாகப்படவில்லை. மலையாளி என்பதால் யாரையாவது அழைத்து ஏதாவது பேசுவதில் அவருக்குப் பொழுது கழிந்தது.

மூன்று நாளைக்கான முன் பணத்தினைக் கட்டிவிட்டோம் என்பதால் மூன்று நாட்களுக்குப் பின்னாலேயே அங்கிருந்து கிளம்பினேன். அங்கிருக்கும் போது உங்கள் கையால் ஒரு மரம் நடுங்கள் என்றார்கள். நட்டேன். என் பெயரைப்போட்டு ஒரு துண்டு சீட்டு ஒன்று அங்கு தொங்கியது. ஆண்டிற்கொருமுறை இங்கு வந்து இதன் வளர்ச்சியைக் கண்காணிக்க வேண்டும் என்றார்கள். ஆண்டுதோறும் நான் வந்து செல்ல வேண்டும் என்ற வகையில் கட்டாய அழைப்புகளாக அவற்றைப் பார்த்தேன்.

அதன் பின்னால் அந்த விடுதி, மற்றும் அந்த நிறுவனங்களிலிருந்து குறுஞ்செய்திகள் வந்தன. இப்படி உதாரணத்திற்கு:

1. சூழலியல் பாதுகாப்புக்காக நீங்கள் முன்னெடுப்பாய் இறங்கி யிருப்பது நல்லது. அதற்கான உறுப்பினர் அட்டை அனுப்பப்படும்.

2. சூழலியல் பாதுகாப்பு சார்ந்த இவ்வாண்டின் திட்டங்கள் இவை. இவற்றில் கலந்து கொள்ளுங்கள் என்று ஒரு ஆண்டிற்கான செயல் திட்டம் இருந்தது.

3. அவர்கள் அனுப்பிய கடிதங்கள், பின் இணைப்புகளிலிருந்த மலைகள், மரங்கள் இயற்கைக்காட்சிகள் அந்த இடங்களைத் தேடியும் அவர்களைத் தேடியும் அலையச்செய்யுமாறு கவர்ச்சியாக இருந்தது.

4. சுற்றுச்சூழலுக்கு இணக்கமாய் நீங்கள் தங்கியிருந்தீர்கள்; உங்களின் கீழ்க்கண்ட செயல்கள் அதற்கு ஆதாரமாக இருந்தன என்று ஒரு பட்டியல் இட்டிருந்தார்கள். அதில் நான் மரம் நட்டிருந்தது ஒன்று.

5. பின்னர் மறுசுழற்சி செய்தல் சம்பந்தமான ஒரு கருத்தரங்கிற்கு அழைக்கிறோம் என்று அதே மூணாறு இட வசதி பற்றி ஒரு கடிதமும் வந்தது.

6. அந்தக் கடிதத்தில் பல்வேறு நிபந்தனைகள், நட்சத்திர குறியீடுகள், மற்றும் அடைப்புக்குறிகளுக்குள் போடப் பட்டிருந்தன. அது ஏதோ பின்னல் வலை என்பதை யூகித்து நான் கையெழுத்திட்டு அனுப்பவில்லை.

7. சூழலைப் பாதுகாக்கிற நுகர்வோராக பல நட்சத்திர அந்தஸ்துடன் நான் விளங்க பல ஆலோசனைகளைச் சொல்லியிருந்தார்கள். விளம்பரங்களை, நிபந்தனைகளை நம்பி அவற்றைப் பின் தொடர எனக்கு விருப்பமில்லை.

சூழலியல் கண்துடைப்பு சொற்றொடர் அவ்வப்போது மனதிலும் வந்து போனதால் அதிலிருந்து விலகிக்கொண்டேன்.

நிஜமாகவே சூழலியலைப் பாதுகாக்கும் பொருட்களை இனம் கொண்டு கொள்ள ஒரு சிறு அனுபவமாக அவையெல்லாம் இருந்தன.

நுகர்வோர் விழிப்புணர்வு என்று சொல்லப்படுகிற போது நுகர்வோர் உரிமை என்பதும் சேர்த்தே கணக்கில் எடுத்துக் கொள்ளப்படுகிறது.

நுகர்வோர் உரிமை சார்ந்த கருத்துக்கள் அமெரிக்க அதிபராக இருந்த கென்னடியின் காலத்தில் வேரூன்றத் தொடங்கியது.

கென்னடியின் அடிப்படை நுகர்வோர் உரிமைகள் என்பதை சிலர் இப்படிக் கீழ்க்கண்டவாறு சொல்கிறார்கள்:

- பாதுகாப்பு பெற்றுக் கொள்ளும் உரிமை - உயிருக்கும், சுகாதாரத் துக்கும் ஆபத்தை உண்டு பண்ணக்கூடிய பொருட்களை நுகர்வதில் இருந்து பாதுகாப்புப் பெறல்.

- தெரிவு செய்து கொள்ளும் உரிமை - விரும்பிய இடத்தில் பல்வேறுபட்ட வகையான பொருட்கள், சேவைகளைப் பெற்றுக் கொள்வதற்கும், போட்டிச் சந்தையில் அரசாங்க விதிகளிற்கு உட்பட்ட, தரமான நம்பிக்கையான பொருட்களையும், சேவைகளையும் சந்தை விலையில் பெற்றுக் கொள்வதற்குமான.

- தகவல்களை அறிந்து கொள்ளும் உரிமை -

- விளம்பரங்கள், வெளிப்புற தகவல் சீட்டுக்கள் மற்றும் வேறு விளம்பர வழிமுறைகளில் குறிப்பிடப்படும் தகவல்கள், விலை, நிறை போன்றவற்றின் உண்மைத் தன்மையை அறிந்து கொள்வதற்கும், தவறான தகவல்களை அறிந்து சரியான தெரிவுகளை தேர்வு செய்வதற்குமான உரிமை.

- கவனத்தை ஈர்க்கும் உரிமை -

ஒரு குறிப்பிட்ட அரசாங்கம் பொருட்கள், சேவைகள் தொடர்பாக வெளியிடும், அறிவித்தல்கள், நியாய விலைகள், பொருட்களின் தரம் என்பன தொடர்பாக அவ்வரசாங்கத்தின் ஆட்சி எல்லைக்குள் வசிக்கும் நுகர்வோரால் அறிந்து கொள்ளும் உரிமை என்று கொள்ளப்படுகிறது.

இதையொட்டி சர்வதேச நுகர்வோர் என்போர் முத்திரையிடப் பட்டுள்ளார்கள்.

சர்வதேச நுகர்வோர் பாதுகாப்பு சம்மேளனத்தின் அடிப்படை நுகர்வோர் உரிமைகள்:

- அடிப்படைத் தேவைகளை நிறைவு செய்து கொள்ளும் உரிமை.
- நட்ட ஈட்டினைப் பெற்றுக் கொள்ளும் உரிமை.
- சூழல் பாதுகாப்பினைப் பெற்றுக் கொள்ளும் உரிமை.
- சுமூகமான சூழலில் வாழ்வதற்கான உரிமை.

நுகர்வோர் உரிமைகளின் முக்கியத்துவம் கீழ்க்கண்டவற்றிலும் இனம் காணப்பட்டுள்ளது:

1. நுகர்வோர் பொருட்கள் சேவைகளை விலையினூடாகவே நுகர்வு செய்கின்றார். இதனால் திருப்தியளித்தல் வேண்டும்
2. நுகர்வோர் திட்டமிட்டு பொருட்களைக் கொள்வனவு செய்வதை ஊக்குவித்தல்.
3. போட்டியான சூழலில் நுகர்வோர் பாதுகாக்கப்படுதல் வேண்டும்.
4. நுகர்வோரது உடல், உள நலம் பாதிப்படையாதவாறு திருப்தியளிக்கப்படல் வேண்டும்.

பன்னாட்டு அளவிலான இயற்கை வேளாண்மை இயக்கம் இயற்கை வேளாண்மையை, கீழ்க்கண்ட முக்கிய கோட்பாடுகளின் அடிப்படையில் விளக்குகிறது: (கீழ்க்கண்ட கோட்பாடுகள் அனைத்தும் ஒருசேர கடைபிடிக்கப்பட வேண்டும்).

- நிலம், தாவரங்கள், விலங்குகள், மனிதர்கள் ஆகியவற்றின் ஆரோக்கியத்தை கருத்தில் கொண்டு அவற்றை நீடித்து நிலைக்கும் வகையிலும் மேம்படுத்தும் வகையிலும் செயல்படவேண்டும் (ஆரோக்கியம் பற்றிய கோட்பாடு).
- உயிர்ச்சூழல் மற்றும் சுழற்சிக்கேற்ப இயைந்து செயல்பட்டு சுற்றுச்சூழலின் வாழ்வியல் மேம்பட உதவ வேண்டும் (உயிர்ச்சூழல் பற்றிய கோட்பாடு).
- வாழ்வியல் வாய்ப்புகளுக்கேற்பவும், பொதுவான சுற்றுப்புற சூழ்நிலைகளுக்கு ஏற்றவாறும் உறவுகளை ஏற்படுத்தி அவற்றுடன் நடுநிலையாக செயல்படவேண்டும் (நடுநிலையாக செயல்படுதல் பற்றிய கோட்பாடு).
- நிகழ்காலம் மற்றும் எதிர்கால சந்ததியினருக்கும், சுற்றுப்புற சூழலுக்கும் பாதிப்பு ஏற்படாதவாறு கவனமாகவும் பொறுப்பாகவும் செயல்பட வேண்டும் (பராமரிப்பு பற்றிய கோட்பாடு).

- களைகள் மட்டும் அல்லாது நுண்ணுயிர்களும் பிரச்சினைகளை ஏற்படுத்தும். இவற்றில் ஆதிரப்பொட்டுக்கள் அடங்கும் (உதாரணம்: புழு பூச்சிகள், மிகச் சிறு பூச்சிகள்) மற்றும் நூற்புழுக்கள் ஆகியவை. பூசணங்களும், நுண் கிருமிகளையும் நோயை உண்டாக்கும்.
- தீமை பயக்கும் பூச்சிகள் பொதுவான ஒரு பிரச்சினையாகும். கரிம மற்றும் கரிமம் அல்லாத பூச்சிக் கொல்லிகள் ஆகிய இரண்டுமே, அவை சுற்றுப்புறச் சூழல் மற்றும் உடல் ஆரோக்கியத்திற்கு விளைவிக்கும் பாதிப்புக்களால் சர்ச்சைக்குள்ளாகின்றன. இவற்றை சமாளிக்க ஒரு வழி, இந்தப் பூச்சிகளை அடியோடு புறக்கணித்து விட்டு தாவரத்தின் ஆரோக்கியத்தில் கவனம் செலுத்துவதாகும். காரணம், தாவரங்கள் தமது வளர்ச்சி மிகுந்த அளவில் பாதிக்கப்படுவதற்கு முன்பாக, தமது இலைப் பகுதியில் மூன்றில் ஒரு பகுதி அரிப்புக்கு உள்ளானாலும், அவற்றால் சமாளித்துக் கொள்ள முடியும்.
- பூச்சிக் கொல்லிகளின் உபயோகத்தைத் தவிர்ப்பதற்கு, இயற்கையிலேயே எதிர்ப்பு சக்தி உடைய தாவரங்களைத் தேர்ந்தெடுக்கலாம். வேம்பு போன்ற கரிம பயன்பாட்டிற்காக அங்கீகாரம் அளிக்கப்பட்டுள்ள பலவகை பூச்சிக் கொல்லிகளும், பச்சைப் பூச்சிக்கொல்லி என்றழைக்கப்படுகின்றன. பொதுவாக கரிம பூச்சிக் கொல்லிகள், செயற்கைப் பூச்சிக் கொல்லிகளை விட பாதுகாப்பானவை,
- நோய்க் கட்டுப்பாடு திட்டத்தில் முதன்மையானது, தாவரங்கள் பயிரிடும் இடத்தை சுத்தமாக வைத்திருப்பது, நோயுற்ற அல்லது இறந்து விட்ட தாவரங்களை அகற்றுவதும், தாவரங்களுக்குத் தேவையான அளவு நீர் மற்றும் உரமிடுதல் ஆகியவற்றைப் பெற்று ஆரோக்கியமாக இருப்பதை உறுதி செய்து கொள்வதுமாகும். அனைத்து சமயங்களிலும் பஞ்சகவ்யா திறனுள்ளதாகக் கூறப்படுகிறது. பூசணம் மற்றும் சில பூச்சிகள் ஆகியவற்றிற்கு எதிரான திறனை கந்தகம் (சல்ஃபர்) கொண்டுள்ளது. சுண்ணாம்பு கலந்த கந்தகமும் (லைம் சல்ஃபர்) கிடைக்கப் பெறுகிறது. ஆனால், இது தாவரங்களை சேதப்படுத்தி விடக் கூடும். பொட்டாஷியம் மற்றும் சோடியம் பைகார்பனேட் ஆகியவையும் பூசண காளான் எதிர்ப்புத் திறன் உடையவை. தாவரங்களின் நோயெதிர்ப்புத் திறனை

அதிகரிக்கும் சில தாவர செயலூக்கிகள், அவற்றில் பெரும்பான்மையானவை இரசாயனமாக இருப்பினும், கரிமமாகக் கருதப்படுகின்றன (notes wikipedia).

அவர்களின் கடிதங்கள் தந்த விதிகளை நினைத்துப் பார்த்தேன் அந்த விதிகளின்படி சூழலியல் பாதுகாப்பு நுகர்வோராக நான் மாற வெகு காலம் பிடிக்கும் என்பதை மட்டுமுணர்ந்தேன்.

கண்டுகொள்ள வேண்டிய சுற்றுச்சூழல் சிக்கல்கள்

சுற்றுச்சூழல் பிரச்சனைகள் பற்றிய எழுத்துக்களை யாரும் அதிகமாய் கண்டுகொண்டு, அக்கறை எடுத்துக்கொண்டு பேசுவது இல்லையே என்று ஒரு நண்பர் கேட்டார். எழுத்துக்கள் இரண்டாம் பட்சம். நிலவும் சுற்றுச்சூழல் பிரச்சனைகளை பொதுமக்களும், அரசியல்வாதிகளும் கண்டுகொண்டு அக்கறை எடுத்துக்கொண்டு எதிர்வினையாக ஏதாவது செயல்பாட்டில் இருக்கிறார்களா என்பதே சந்தேகத்திற்கு இடமாக இருக்கிறது என்று நான் சொன்னேன்.

2021 சட்டமன்றத் தேர்தலை ஒட்டி தமிழ்நாட்டு அரசியல் கட்சிகள் வெளியிட்ட தேர்தல் அறிக்கைகளில் சுற்றுச்சூழல் சார்ந்த சில விஷயங்கள் இருந்தன என்பது குறிப்பிடத்தக்கது.

ஆனால், மிக முக்கியமான அம்சங்களை அவை தவற விட்டிருந்தன. திராவிட முன்னேற்றக் கழகம், அண்ணா திராவிட முன்னேற்றக் கழகம் பாட்டாளி மக்கள் கட்சி போன்றவை தங்களுடைய தேர்தல் அறிக்கையில் சுற்றுச்சூழல் அம்சங்களைப் பற்றி குறிப்பிட்டிருந்தார்கள்; தேர்தல் வாக்குறுதிகளில் அவை கவனம் பெற்று இருந்தன.

அவற்றில் இருந்தப் போதாமை:

காற்று மாசுபாடு மோசமாக அதிகரித்து வரும் சூழலில் அதற்குக் காரணமாக உள்ள தொழிற்சாலைகளையும் அதிகப்படியான வாகனங்களையும் முறைப்படுத்தும் திட்டம் எதுவும் இல்லை. மனித உயிர்கள் பற்றிய அலட்சியம் உலகம் இயங்கும் பொழுது கொண்டிருக்கிறது. காட்டு உயிர்கள் அழிப்போம் என்பது தொடர்ந்து கொண்டிருக்கிறது. இந்த சம நிலையைக் கண்டறிய தொலைநோக்குத் திட்டங்கள் மற்றும் திட்டவட்டமான செயல்பாடுகள் எவையும் கிட்டவில்லை. உலக வெப்பநிலை மோசம். உலகம் சூடாகிக் கொண்டிருக்கிறது போன்றவை பெரும் பிரச்சினைகள் இருக்கும்போது பருவநிலை நெருக்கடி குறித்து அவற்றின் கவனம் எதுவும் இருக்கவில்லை. உலக வெப்பமயம் அடைதல் எதிர்காலத்தில் வர இருக்கிற இயற்கை சீற்றங்களை, பருவநிலை பாதிப்புகளை எதிர்கொள்வதற்கு வேண்டிய நடவடிக்கைகள் பற்றிய திட்டங்களும் அவற்றில் இல்லை. நெகிழியை தடை செய்வது என்பது பல

சிரமங்களை அரசருக்குக் கொடுத்து வருகிறது. சட்ட ரீதியாக அது நிறைவேற்றப்பட்டு விட்டது. ஆனால், அதை நடைமுறையில் கவனம் எடுத்துக்கொண்டு செய்வதற்கு அரசு அக்கறை எடுத்துக் கொள்வதில்லை. கழிவு மேலாண்மை பற்றிய அக்கறை குறைவாக இருக்கிறது. திடக்கழிவை உரமாகச் செய்கிற திட்டங்களை சில நகராட்சிகள் கடைபிடிக்கின்றன. ஆனால் அனைத்திலும் அவற்றை இணைக்கிற ஒருங்கிணைக்கும் நடவடிக்கைகள் இல்லாததால் குப்பைகள் என்பது சுகாதாரக்கேடு என்பதன் அடையாளமாக விளங்கி வருகிறது, புதர்கள், காடுகள், புல்வெளிகள், சதுப்பு நிலங்கள் போன்ற பகுதிகளை வருவாய் ஆதாரமற்ற பகுதிகள் என்று வரையறுப்பு செய்திருப்பது மாற்றி அந்தப் பகுதிகளை பாதுகாப்புப் பகுதிகளாக அறிவித்து பாதுகாக்கப்பட வேண்டிய நடவடிக்கைகள் பற்றி தேர்தல் வாக்குறுதிகளில் அதிகம் சொல்லப்படவில்லை. இந்த சூழலில் இப்படி தமிழக அரசியல் கட்சிகள், தேர்தல் அறிக்கைகளில் இடம் பெற்றிருந்தன.

பெரும் தொற்றாய் வந்து நிற்கும் வேளாண்மைச் சட்டங்களுக்கு எதிரான பெரிய எதிர்வினைகள் இல்லையென்றே சொல்லலாம்.

சில பாராட்டுக்குரிய வாக்குறுதி அம்சங்களைக் கீழே தரலாம்:

ஆறுகளில் கலக்கும் தொழிற்சாலைக் கழிவு போன்றவற்றை கட்டுப்படுத்தும் வகையில் தமிழ்நாடு ஆறுகள் பாதுகாப்புத் திட்டம் நிறைவேற்றப்படும். நீரோட்டம் அதிகரிக்க நடவடிக்கை எடுக்கப்படும். இந்தியாவின் தலைநகரமான டெல்லியில் இருப்பது போல புகையில்லா பேருந்துகளை படிப்படியாக ஓட்ட நீக்க நடவடிக்கை எடுக்கப்படும். மொத்த நிலப் பகுதியில் குறைந்தபட்சம் 33% காடுகளை உருவாக்கி மழை பொழிய ஏதுவாக நடவடிக்கைகள் எடுக்கப்படும். அவற்றுக்கான ஆய்வு மையங்கள் அமைக்கப்படும். சரணாலயங்களில் பறவைகள் குறித்த ஆய்வுகளும் அவற்றைப் பாதுகாக்கும் நடவடிக்கைகளும் எடுக்கப்படும். அதிகப்படியான சூரிய மின்சாரத்தை தயாரிப்பதற்காக மானியம் வழங்கப்படும். சூரிய சக்தி மூலம் இயங்கும் மின்மோட்டார் பம்புகளின் பயன்பாடு ஊக்கு விக்கப்படும். பசுமை வீடு திட்டங்களுக்கு வழங்கப்படும் மானியம் அதிகரிக்கப்படும். கடலோரம் நிலப்பரப்பை காப்பாற்ற திட்டங்களும் கருங்கல் தடுப்பு சுவர்களும் அமைக்கப்படும் என்பவை நல்ல அம்சங்களாக உள்ளன.

தேர்தல் பரப்புரைகளில் பொருளாதாரப் பிரச்சினைகளும் கவர்ச்சிகரமான இலவசத்திட்டங்களுமே பேசப்பட்டன. இன்றையக் கொரானா சூழலின் பிரச்சினைகளுக்கு சுற்றுச்சூழல் பிரச்சினைகளே

காரணம் என்பது புறம்தள்ளப்பட்டு கொரானா காலத் தடுப்பு நடவடிக்கைகளும் புறக்கணிக்கப்பட்டன.

பருவநிலை மாற்றம் உலகம் வெப்பமாகிக் கொண்டிருக்கிற ஆதாரப் பிரச்சினைகள் தவிர்க்கப்பட்டதால் அதன் காரணமாக எதிர்கொள்ளவேண்டிய சிக்கல்கள் பட்டியலாகத் தொடர்ந்து கொண்டே இருக்கின்றன. சூழலியல் அலட்சியம் என்பது லட்சியமாக்கப் பட்டுள்ளது.

சூழலியல் என்பதை அரசியல் பிரச்சினையாகப் பார்க்காமல் தெருவின் கொசு மற்றும் சாக்கடைப் பிரச்சினைகளுக்குள் அடைக்கலம் செய்து விட்டார்கள். மேம்போக்காக சூழலியல் விசயங்களைக் கொள்வதில் இருக்கும் அபாயங்களை தொடர்ந்து சொல்லிக்கொள்வதற்காக சூழலியல் இலக்கியம் என்பது பற்றிய அக்கறை எழுத்தாளர்களுக்கும் அவசியமாகிறது.

கனவு இதழ் ஒன்று 20 ஆண்டுகளுக்கு முன் கென் சரோ விவா பற்றியச் சிறப்பிதழாக வெளிவந்து சூழலியல் படைப்புகளுக்கு முன்னோடியாக இருந்தது. கடந்த 20 ஆண்டுகளுக்குப்பின் அவ்வகைப் படைப்புகளுக்கு தமிழ் வாசகர்கள் மத்தியில் கிடைத்திருக்கும் வரவேற்பும் எதிர்வினையும் நம்பிக்கை தரும் விடயங்களாக உள்ளன.

இதேபோல் இப்போதைய வாழ்க்கை நெருக்கடிகளின் மூல ஆதாரமான சூழலியல் பிரச்சினைகளை கவனத்தில் எடுத்துக்கொள்ளும் காலகட்டம் நெருங்கிக் கொண்டிருக்கிறது என்பதை தொண்டையையும், மூச்சையும் நெருக்கிக்கொண்டிருக்கும் சூழல்கள் உணர்த்திக் கொண்டிருக்கின்றன.

கொரானா வைரஸ் மற்றும் மனித இன வைரஸ்

கொரானா வைரஸுக்கும் இந்த உலகில் வாழ உரிமை உண்டு என்று வடமாநில முன்னாள் முதல் அமைச்சர் ஒருவர் கொரானா காலத்தில் பொன்மொழி உதித்திருக்கிறார். "நல்ல ஜீவ காருண்யமானப் பேச்சு." கொரானா தொற்றால், ஒவ்வொரு நாளும் 4 ஆயிரம் பேர் உயிரிழந்துவரும் நிலையில், அதனை ஒழித்துக் கட்டுவது எப்படி என்று வழிதெரியாமல் நாடே திணறிக் கொண்டிருக்கிறது.

தடுப்பூசியை இலவசமாக வழங்க முடியாது என்று மத்திய அரசு மக்களைக் கைவிட்டுவிட்ட நிலையில், படுக்கைகள் பற்றாக்குறை, ஆக்சிஜன் பற்றாக்குறை என அனைத்தையும் தாண்டி, மருத்துவர்கள், செவிலியர்கள் உள்ளிட்ட முன்களப்பணியாளர்கள், கொரானா தொற்றைக் கட்டுப்படுத்த தங்களின் உயிரைக் கொடுத்து பணியாற்றி வருகின்றனர். இந்நிலையில், 'கொரானா வைரசும் உலகிலுள்ள மற்ற உயிரினங்களைப் போல ஒன்றுதான். அதற்கும் இந்த உலகில் உயிர்வாழ உரிமை உண்டு என்று. பாஜக தலைவரும், உத்தரகண்ட் மாநில மாநில முன்னாள் முதல்வருமான திரிவேந்திர சிங் ராவத் தடாலடியாகப் பேசி அதிர்ச்சியை ஏற்படுத்தியுள்ளார்.

'உலகில் மனிதன் தன்னை மிகப்பெரிய உயிரினம் என்றும், தான் மட்டுமே இங்கு வாழ்வதற்கு தகுதியானவன் என்றும் நினைத்துக் கொண்டிருக்கிறான். இந்த ஆணவத்தைப் போக்கவே, கொரானா வைரஸ் உருவாகி இருக்கிறது. பல உருக்கள் மாறி மனிதனை ஓட ஓட விரட்டுகிறது என்றும் விஷத்தைக் கக்கியுள்ளார்... 'மக்கள் கொத்துக்கொத்தாக மடிந்துகொண்டிருக்கும் வேளையில் இதுபோன்று பேசுவது இறந்தவர்களை கொச்சைப்படுத்துவதாக உள்ளது, ஒரு முன்னாள் முதல்வர் இப்படி பேசியிருப்பது துரதிர்ஷ்டவசமானது' என்று இந்திய மருத்துவர்கள் சங்கத்தின் மருத்துவர் அஜய் கண்ணா உள்ளிட்டோர் கண்டனம் தெரிவித்துள்ளனர்.

கொரானாவுக்குப் பின்னான காலத்தில் காற்று மாசுபாடு குறைந்தது, நதிகள் சுத்தமாயின. மக்கள் இய்றகை சார்ந்த உணவு மற்றும் பாரம்பரிய உணவுகளை தேடியும் விரும்பியும் ஏற்றுக்கொள்கிறார்கள் என்று சொல்லப்பட்டது.

கொரானா முதல் அலை ஓய்ந்த பின்னால் எல்லாம் மறுபடியும் மொதல்லிருந்து ஆரம்பி என்பது போல் ஆட்டம் ஆரம்பித்தன. பறவைகள் இல்லாத உலகில் மனிதன் வாழ இயலாது. உணவுச் சங்கிலியும் இயற்கைச் சங்கிலியும் அறுபடாமல் இருக்க பறவைகள் தேவை என்றார் சலீம் அலி. ஆனால், மனிதர்கள் இல்லாத உலகத்தில் பறவைகள் வாழும் என்றார்.

அப்படி மனிதர்கள் இல்லாத, அணு ஆயுதப்போரால் மனித இனம் அழிந்து போன பிறகு இருக்கும் உலகத்தைப்பற்றி பல புனைவுகளும், திரைப்படங்களும் வந்து விட்டன.

கொரானாவின் இரண்டாம் அலை நிறையப் பேரழிவுகளை இந்தியாவில் கொண்டு வந்து விட்டது. இது மனிதர்கள் இல்லாத பூமியின் ஒரு பகுதியாகப் போய்விட இருக்கும் அபாயங்களை இந்தியாவில் சாவு எண்ணிக்கைகள் காட்டின.

கொரானா ஒரு கிருமி. மனித இனத்தின் ஒரு பகுதியை அழிக்கவும், மக்கள் தொகையைக் குறைக்கவும் செய்யப்பட்ட ஏற்பாடு என்று சொல்பவர்கள் இருக்கிறார்கள்.

இந்த நிலையில் மனித இனம் இயற்கையை, பூமியை அழிக்கும் ஒரு கிருமி என்று சொல்லும் நடவடிக்கைகள் தென்படுகின்றன. நெடும் காலமாய் மூன்றாம் உலகப்போர் தண்ணீருக்காகவா, இல்லை அணு ஆயுதங்களாலா, அல்லது கிருமிகளாலா.

சமூகத்தில் சிலரோ, சில இனக்குழுக்களோ ஆதிக்கம் செலுத்தி உலகை சுத்தமாக்க எடுத்துக்கொள்ளும் சூழலியல் பாசிச வாதம் ஒரு புறம் எழுகிறது. மக்களில் ஒரு பிரிவினர் தங்கள் சுயலாபங்களுக்காக பூமியைச் சுரண்டுகிறார்கள். அதனால் சூழலியல் கெடுகிறது. அவர்கள் பெரிய நோய் கிருமிகள் என்று சுட்டப்படுகிறது.

சூழலைச் சீர்குலைக்கிறார்கள் என்று அடையாளப்படுத்தப்படுதலில் பின் நவீனத்துவ விளிம்பு நிலை மக்கள் இருக்கிறார்கள். இவர்களில் அகதிகள், ஓரிணப் புணர்ச்சியாளர்கள், பெண்கள், ஒடுக்கப்பட்ட இனங்கள் என்போரை சூழலியல் குற்றவாளிகளாகக் காட்டப்படும் ஒரு கோணம் சிலரிடம் உண்டு.

இது சமூகத்தில் சிலரோ, சில இனக்குழுக்களோ ஆதிக்கம் செலுத்தி உலகை சுத்தமாக்க எடுத்துக்கொள்ளும் சூழலியல் பாசிச வாத நடவடிக்கைகளை உறுதிப்படுத்தும் செயல்களாகும்.

தனிப்பட்ட ஜடப்பொருளாக இயற்கையை நினைக்கும் மூடநம்பிக்கை போக்கும் ஒரு புறம் இருக்கிறது. ஆனால் செடி, கொடி

உட்பட எல்லாவற்றுக்கும் உயிர் இருக்கிறது என்பது விஞ்ஞானரீதியாக நிரூபிக்கப்பட்ட விசயம்.

இயற்கையின் சீர்குலைவுக்கும் மனிதர்களின் நுகர்வு நடவடிக்கைகளே காரணம் என்பதையொட்டி எல்லோரும் நகர்கிற போதே மனித இனம் ஒரு மோசமான கிருமி என்ற புதிய பாசிச எண்ணமும் விலகும். பாசிச எதேச்சதிகாரம் என்ற வார்த்தை இரு புறமும் எழுந்து கொண்டே யிருக்கின்றன

இயற்கை எதையோ சொல்ல வந்து சில எதிர் விளைவுகளைத் தருகிறது. அதைக் கேட்டால் வாழ்க்கையின் பல புதிர்களுக்கு விடை கிடைக்கும்.கொரானா போன்றவற்றுக்கும் அதில் பதில் இருக்கும் தொழில்நுட்பமும் விஞ்ஞானமும் என்று நினைத்தது தவறாகி விடுகிறது. இயற்கையை வெல்லும் ஆயுதம் இதுவரை யாருக்கும் கிடைத்ததில்லை.

'புறந்தூய்மை நீரான் அமையும் அகந்தூய்மை வாய்மையால் காணப் படும்' என்ற வள்ளுவன் குறளுக்கு ஏற்ப தூய்மை என்பது நமக்கு மிகவும் அவசியம். புறந்தூய்மையான சுற்றுச்சூழல் தூய்மை மிகவும் முக்கியமாகும். அந்தத் தூய்மையை கொரானா வலியுறுத்துகிறது. பாசிச எதேச்சதிகாரம் என்ற வார்த்தையும் தூய்மை குறித்து நிறையவே சொல்கின்றன.

பிளிறல்

பழைய வலசைப்பாதையில் நடமாட முயலும் யானைகள் படும் தொல்லைகள் ஏராளம். அவற்றைப் பார்த்து மிரண்டு போய் தொல்லை தரும் மனிதர்கள் நிறையப்பேர் இருக்கிறார்கள்.

கொரானா காலத்தில் அவைகளை விரட்டவும் விரட்டுவதை ஜல்லிக்கட்டு போல் நினைத்து நம் இளைஞர்கள் மல்லுக்கட்டி விளையாடுவதையும் பார்க்கும் போது சங்கடமாகவேயிருக்கிறது. அப்படியான விளையாட்டுகளை திருப்பூர் - உடுமலைப்பகுதியில் 2021 மே மாத விடுமுறைக்கொண்டாட்டமாய் சில காட்டுவாசி இளைஞர்களும் சுற்றுலா மனப்பான்மையில் அவற்றை அணுகும் சிறு வயதாளர்களும் கொடுத்த சிரமங்களையும் விளையாட்டையும் கொண்ட வீடியோக்கள் வைரலாகப் பரவின.

மே மாத இரண்டாம் வாரத்தில் (2021) அஸ்ஸாம் காடுகளில் மின்னலால் பாதிக்கப்பட்டு 20 யானைகள் ஒரே சமயத்தில் இறந்தன. தீவிர கால நிலை நிகழ்வு என்று இந்தியாவில் நடப்பதைச் சொல்கிறார்கள் சுற்றுச்சூழல் அறிஞர்கள். இவ்வகை தீவிர கால நிலை நிகழ்வுகளால் உயிர் துறப்போரில் மின்னல் தாக்கி இறப்போர் இந்தியாவில் அதிகம் என்று சொல்லப்படுகிறது.

கோவைப் பகுதிகளில் தொடர்வண்டிப்பாதையில் யானைகள் இறப்பது சமீபமாய் குறைந்திருப்பது ஆறுதல் தரும் செய்தி. பாலக்காடு வழித்தடத்தில் இந்த விபத்துகள் நிகழ்கின்றன. ஆனால் கடந்த பத்து ஆண்டுகளில் இந்தியாவில் சுமார் 20 யானைகள் தொடர்வண்டி மோதி இறந்துள்ளன. இதனால் இந்தியாவில் சராசரியாக மூன்று நாட்களுக்கு ஒரு யானை இறந்து வருகிறது.

முதுமலைக்கு ஒருதரம் நண்பர் ஆட்டனத்தியுடன் சென்றிருந்தேன். அவரிடம் யானைத்தாவளம் செல்லலாம் என்றேன். அவர் என் பணியில் யானைகளின் இயல்பை நிறையக் கவனித்ததுண்டு. நீங்கள் போய் வாருங்கள் என்றார். யானைக்குச் செடி கொடிகளோடு ராகி, கொள்ளு, அரிசிச் சாதம் என உணவு, தண்ணீர் என எல்லாமும் ஒரே இடத்தில் கிடைப்பதால் மெல்ல மெல்ல அதற்குப் பழக்கப்பட்டு கிடப்பதைக் கண்டேன். யானையின் நான்கு கால்களும் பலமான இரும்புச் சங்கிலிகளால் கட்டப்பட்டே இருந்தது.

சுற்றுலாவாசிகளைக் கவர்வதற்காக சில விளையாட்டுகளையும் செய்தார்கள்.

முதலில் யானையை மண்டியிட வைக்கும் பயிற்சி மாவூத் கையில் ஒரு குச்சியை வைத்துக் கொண்டு யானைக்குக் கட்டளைகளை மாவூத்தின் கட்டளைக்கு அடிபணிகிற யானைக்கு முதலில் ஒரு கரும்புத் துண்டைக் கொடுத்தார்கள். இன்னொரு கரும்புத் துண்டை அதன் பார்வையில் படும்படியாக இருந்தது. கரும்பின் ருசிக்கு மயங்குகிற யானை இன்னொரு கரும்புத் துண்டுக்காக ஏங்க ஆரம்பிக்கும்.

இதைப் பார்த்த ஒரு பார்வையாளர் சொன்னார்:

கட்டளைகளை ஏற்காத யானைகளுக்கு மாவூத்தின் குச்சியால் அடி விழும். ஒவ்வொரு அடிக்குப் பிறகும் ஒரு கரும்புத் துண்டு வழங்கப்படும். அடிக்கடி கிடைக்கிற கரும்பின் ருசிக்கு அடிமையாகிற யானை, தான் யானை என்கிற நிலையை மறக்க ஆரம்பிக்கும். கரும்பைக் காட்டி இரும்பை உருக்குகிற சாதாரண வேலை வெகுவாக வேலை செய்ய ஆரம்பிக்கும்போது மாவூத்தின் குச்சியை எடுக்கும் இரண்டாவது பயிற்சியை வழங்குவார்கள். இதற்கு இடையில் வெல்லத்தையும் உணவாகக் கொடுப்பார்கள். யானை மாவூத்தை முழுதாக நம்ப ஆரம்பிக்கும். அப்போது வரை மாவூத்தை நெருங்க விடாத யானை கொஞ்சம் கொஞ்சமாக நெருங்க விடும். பொதுவாக யானை கூச்ச சுபாவம் கொண்டது என்பதால், யானையின் கூச்சத்தைப் போக்க கம்பிகளால் செய்யப்பட்ட பிரஷ்ஷை வைத்து யானையின் உடலெங்கும் தேய்ப்பார்கள். ஏனெனில் யானையின் கூச்ச சுபாவம் அகன்றால் மட்டுமே யானையைச் சுலபமாக தொட்டு அதன் மீது ஏற முடியும். யானையின் உடல் நகர முடியாதபடிக்கு கட்டைகளால் அடைபட்டிருக்கும்பொழுது கூச்சத்தைப் போக்கும் பயிற்சி தொடங்கும். இதெல்லாம் விகடன் சமாச்சாரம்.

அப்போது மதம் இதற்கெல்லாம் மதம் பிடிக்குமா என்றேன். "ஆரோக்கியமாக இருக்கிற ஒவ்வொரு யானைக்கும் வருடத்துக்கு ஒரு முறை மதம் பிடிக்கும். பெண் யானையோடு இணை சேர முடியாத ஆண் யானை மாவூத்தின் கட்டுப்பாட்டில் இருந்து முதலில் விலக ஆரம்பிக்கும். ஒரு முறை அழைத்தாலே திரும்பிப் பார்க்கிற யானை எட்டு முறைக்கு மேலும் அழைத்து ஒன்பதாவது அழைப்பில் "இரு வரேன்" என அலட்சியமாக நடக்க ஆரம்பிப்பது மதம் பிடிப்பதில் முதல் அறிகுறி. இதைக் கவனிக்காமல் விட்டு விட்டால் அடுத்து முகாமில் நடப்பது எல்லாமே அசம்பாவிதங்களாக மட்டுமே இருக்கும். மதம் பிடித்தால் யானை பக்கத்தில் யார் இருந்தாலும் எது

இருந்தாலும் இழுத்துப் போட்டு சாத்திவிட்டுப் போய்க்கொண்டே இருக்கும்" என்றார் பயிற்சியாளர்.

'ஓசை' சுற்றுச்சூழல் அமைப்பின் தலைவர் காளிதாஸ் அவர்களிடம் இதுபற்றிக் கேட்டேன் ஒரு முறை.

"யானை ஒரு காட்டு விலங்கு. என்னதான் நாம் அதைப் பழக்கப்படுத்தி வளர்த்தாலும், அது ஒருபோதும் வீட்டு விலங்காகாது. அதற்குள் ஒரு காட்டுத்தன்மை இருந்துகொண்டேயிருக்கும். அதே சமயம் யானைகளைப் பழக்கி, மனிதர்களின் தேவைகளுக்குப் பயன்படுத்திக்கொள்ளும் பழக்கம் பழங்காலத்திலிருந்தே நம் நாட்டில் இருந்து வருகிறது. தமிழர்களைப் பொறுத்தவரை, போர்களுக்குப் பயன்படுத்தி வந்த வரலாறு இருக்கிறது. யானை வளர்ப்பு என்பது தனித்துவமான கலை. அனைவராலும் அதை வளர்த்துவிட முடியாது. அதற்கு ஒரு பாரம்பர்ய அறிவு வேண்டும்.

தமிழ்நாட்டில், பழங்குடியின மக்களான குரும்பர் மற்றும் மலசர்கள்தான் வனத்துறை கேம்ப்களில் யானைப் பாகன்களாக இருந்து வருகிறார்கள். இந்தியாவில் காட்டு யானைகளைப் பிடித்து வளர்ப்பவர்கள், அங்குசத்தைக்கொண்டு யானைகளைத் துன்புறுத்தித்தான் பழக்குவார்கள். ஆனால், தமிழ்நாட்டிலுள்ள பழங்குடியின மக்கள் வெறும் தடியைவைத்து துன்புறுத்தாமலே கட்டுப்படுத்துகிறார்கள். எவ்வளவு உயரமான காட்டு யானையையும் பிடித்து, பழக்கிவிடுவார்கள். இவ்வளவு நிபுணத்துவம் வாய்ந்த பாகன்கள் இருப்பதால் முகாமில் இருக்கிற யானைகளுக்கு எந்தப் பாதிப்பும் இல்லை.

யானைக்கு மதம் பிடிப்பது என்பது அதன் நோய் அல்ல... இயல்பு. ஆரோக்கியமான, பருவத்துக்கு வந்த ஆண் யானைக்கு ஆண்டுக்கு ஒருமுறை மதக்காலம் வரும். இந்தக் காலத்தில் ஆண் பாலுணர்வு சுரப்பிகள் மிகுந்து சுரக்கும்போது ஒருவித பரவசநிலையை அடையும். அந்த நேரத்தில் பல பெண் யானைகளுடன் உடலுறவு கொள்ளும். ஒருவித குறுகுறுப்போடு அலையும். மதக்காலம் பதினைந்து நாள்கள் முதல் மூன்று மாதங்கள் வரை இருக்கும். அதற்குப் பிறகு இயல்புநிலையை அடைந்துவிடும். மதக்காலத்தில் ஆண் யானைகளின் கண்களுக்கு மேல் மதநீர் சுரக்கும். அதைவைத்து நாம் தெரிந்துகொள்ளலாம். பெண் யானைகளுக்கு மதம் பிடிப்பதில்லை. ஆனால், பாலுணர்வுச் சுரப்பிகள் சுரக்கும்போது இயல்பு நிலையிலிருந்து சிறு குறுகுறுப்போடு இருக்கும்" என்றார்.

ஆட்டனத்தியிடம் யானைகள் ஏன் தேவை என்று கேட்டு வைத்தேன். யானைகள் பழங்கள், செடிகளை விரும்பும். அவை

சிதைக்கும் செடிகள், மீந்துபோன பழங்களைத் தின்ன விலங்குகள் வரும். யானைகளால் மரக்கிளைகள் உடைந்து போவதால் சூரிய ஒளி அடர்த்தியானக் காடுகளில் ஊடுருவி புற்கள் வளர ஏதுவாகும். சிறு பறவைகள், பிராணிகளுக்கு இந்தப் புற்கள் தேவை எப்படியோ பல உயிரினங்கள் வாழ வளர இயற்கைச் சூழல் தேவை என்பதால் யானையும் அதில் முக்கிய இடம் பெறுகிறது.

அந்த அனுபவங்களை வைத்து நான் பிளிறல் என்ற சிறுகதையை எழுதியுள்ளேன். அந்தப் பெயரில் ஒரு சிறுகதைத் தொகுப்பையும் வெளியிட்டிருக்கிறேன். "மாயாறு" என்ற ஆதிவாசிகள் கவிதைகள் தொகுப்பும் அந்த முதுமலைத் தங்கல் அனுபவத்தில் விளைந்ததுதான்.

காற்று மாசு

கொரானா கால சாவுகளில் நுரையீரல் தொற்றே அதிகம்.

நுரையீரல் புற்றுநோய், ஆஸ்துமா என காற்று மாசுபாட்டால் ஏற்படக் கூடிய நோய்கள் ஏராளம். இவற்றைக் கட்டுப்படுத்த பல்வேறு முயற்சிகள் எடுக்கப்பட்டாலும் அதுவும் பெரிதாக வெற்றி அடைவதில்லை. அரை கிலோமீட்டர் தொலைவுக்கே கூட வண்டியை எடுத்துச் செல்லும் பழக்கம் குறைய வேண்டும்

சீனா மற்றும் இந்தியாதான் அதிக அளவு மாசுபாடு. அதற்கு மக்கள் தொகை காரணமாக இருக்கலாம்

அதிகரிக்கும் மாசுபாட்டால் நம் தலைமுறை மட்டும் அல்ல, எதிர்வரும் தலைமுறையையும் சேர்த்து பாதிக்கும். தற்போது பாட்டிலில் அடைக்கப்பட்ட சுத்தமான காற்றை பணம் கொடுத்து வாங்கி சுவாசித்துக் கொண்டிருக்கிறார்கள் சீனர்கள். டெல்லியில் இது வந்தது. காற்றில் இருக்கும் நுண்துகள்களைக் கொண்டே காற்றின் தரம் அளவிடப்படுகிறது.

வாகனங்கள் காற்று மாசுபாட்டிற்கு மிக முக்கியமான காரணமாக இருக்கிறது. இந்தியாவில் வாகனங்கள் வெளியிடும் புகையால் 70 சதவீத காற்று மாசுபாடு தற்போது மூன்று மடங்காக அதிகரித்திருக்கும் என்று நிபுணர்கள் கூறுகின்றனர். பொதுப் போக்குவரத்து பயன்பாடு குறையும் என கணிக்கப்பட்டுள்ளது.

சீனாவில் 3 லிட்டர் காற்று அடைக்கப்பட்ட ஒரு பாட்டிலின் விலை 32 டாலர். இந்திய மதிப்பில் 2.100 ரூபாய். டெல்லியில் கொஞ்சம் சீப்.

சீனா தலைநகரான பெய்ஜிங், காற்றை சுவாசிப்பது ஒரு நாளைக்கு 21 சிகெரட்டை பிடிப்பதற்கு சமம் என்று கூறுகின்றனர். அந்த அளவுக்கு மாசுள்ளதாக காற்று இருக்கிறது.

உலகளவில் காற்று மாசுபாடு அடைந்த 10 நகரங்கள் இந்தியாவில்தான் இருக்கின்றன.

சர்வதேச அளவில் காற்று மாசுபாட்டால் மிக அபாய கட்டத்தில் உள்ள நகரங்களின் எண்ணிக்கை 3,000.

50 சதவீத இந்திய நகரங்கள் காற்று மாசுபாட்டால் மிகவும் பாதிப்படைந்துள்ளன. இதனால் இந்தியர்களின் ஆயுட்காலம் 3 முதல் 4 ஆண்டுகள் குறைவதாக ஒரு ஆய்வு தெரிவிக்கின்றது.

இந்தியாவில் 3 கோடி மக்கள் காற்று மாசுபாட்டால் ஏற்படும் ஆஸ்துமா நோயால் பாதிக்கப்பட்டுள்ளனர்.

காற்று மாசுபாட்டால் சுமார் 70 லட்சம் பேர் உயிரிழக்கக் கூடும் என்று உலக சுகாதார அமைப்பு எச்சரித்துள்ளது.

நம்மில் பத்தில் 9 பேர் மாசுபாடான காற்றை சுவாசித்துக் கொண்டிருக்கிறோம் என்கிறது உலக சுகாதார நிறுவனம். காற்று மாசுபாடு நிரந்தர பிரச்சனையாக உருமாறியிருக்கிறது. காற்று மாசுபாட்டால் ஏற்படும் உயிரிழப்புகளும் நாளுக்கு நாள் அதிகரித்துக் கொண்டிருக்கின்றன. கோவிட்-19 தொற்றின் பிடியில் இருக்கும் நேரத்தில் காற்று மாசுபாடு பற்றிய விழிப்புணர்வும் அவசியமான ஒன்றாகிறது. உலகளவில் ஒவ்வோர் ஆண்டும் 70 லட்சம் பேர் உயிரிழப்புக்கு காற்று மாசுபாடு காரணமாக அமைகிறது. தற்போது உலகை ஆட்டிப்படைத்துக்கொண்டிருக்கும் கோவிட்-19 தொற்றுக்கும் காற்று மாசுபாட்டுக்கும் தொடர்புள்ளது

பொதுவாக, சாலைப் போக்குவரத்து புகைத்தல், விறகடுப்பு மற்றும் எரிபொருள் பயன்பாடு, தொழிற்சாலைகளின் பெருக்கம். கால்நடைகளின் கழிவுகள், விவசாயத்தில் பயிர்களை எரித்தல், பட்டாசுகள் பயன்பாடு ஆகியவை வெளிப்புற காற்று மாசுபாட்டுக்குக் காரணமாக அமைகின்றன.

காற்று மாசு ஏற்படுவதற்கு வெளிப்புறத்துக்குத்தான் செல்ல வேண்டுமா. வீட்டுக்குள்ளேயே காற்றை மாசுபடுத்தும் பல்வேறு செயல்களை நாம் செய்கிறோம். வீட்டில் சுத்திகரிப்புக்குப் பயன்படுத்தும் பொருள்கள் ஏர் ஃபிரெஷ்னர் ஆகியவற்றில் நறுமணத்துக்காகப் பல்வேறு ரசாயனப் பொருள்கள் சேர்க்கப்படுகின்றன. அவை நமது நுரையீரலுக்கு ஒவ்வாதவை.

காற்று மாசுக்கு குழந்தைகள் அதிகமாக ஆளாகிறார்கள். உலக சுகாதார நிறுவனத்தின் தரவுகளின்படி, 93 சதவிகித குழந்தைகள் காற்று மாசுபாடான சுற்றுச்சூழலில் வசிக்கின்றனர்.

காற்றில் உள்ள மாசு பெரிய துகளாக இருந்தால் தரையில் படிந்துவிடும். படியாத நுண்துகள்கள் காற்றில் கலந்து அதை மாசுபடுத்தும். குழந்தைகள் உயரம் குறைவாக இருப்பார்கள் என்பதால் எளிதில் விரைவாக அவர்களின் நுரையீரலுக்குள் சென்றுவிடும்.

குழந்தைகளுக்கு நுரையீரல் திறன் குறைவாக இருப்பதால் பெரியவர்களைக் காட்டிலும் அதிக அளவில் மூச்சுவிடுவார்கள்.

இதனால் மாசான காற்று நுரையீரலுக்குள் அதிக அளவில செல்லும். வீட்டுக்குள் பயன்படுத்தும் சுத்திகரிக்கும் திரவம், வீட்டுக்குள் புகை பிடிப்பதால் வெளியேறும் புகை உள்ளிட்டவற்றையும் குழந்தைகள் சுவாசிப்பார்கள். மேலும், குழந்தைகள் ஒருவரைச் சார்ந்தே இருப்பார்கள்.

காற்று மாசுபாடு, கர்ப்பத்திலிருக்கும் குழந்தையின் மூளையின் செயல்திறனையும் பாதிக்கும் என்று கண்டறியப்பட்டுள்ளது. அதன் காரணமாக, ஆட்டிசம், டிஸ்லெக்ஸியா போன்ற பிறவிக் குறைபாடுகள் ஏற்படவும் வாய்ப்புள்ளது.

சென்ற ஆண்டின் குளிர் காலத்தில் இந்தியாவின் தலைநகர் புது டெல்லியில் பொது சுகாதார அவசரநிலை அறிவிக்கப்பட்டது. பள்ளிக்கூடங்கள் மூடப்பட்டன. மக்கள் வீட்டிற்குள்ளேயே இருக்க வேண்டுமென கேட்டுக்கொள்ளப்பட்டனர். மூச்சுத் திணறல் காரணமாக பல நோயாளிகள் மருத்துவமனைகளை நாடினர். அதிக காற்று மாசுபாடு காரணமாக இந்நிலை ஏற்பட்டுள்ளது. "விஷவாயுக் கூடமாக" டெல்லி இருப்பதை பொதுவாக விமர்சிக்கப்பட்டாலும், இந்தியாவில் அதிக மாசுபாடு உள்ள நகரம் டெல்லி மட்டுமல்ல என்பது குறிப்பிடத் தக்கது. உலகிலேயே அதிக மாசுபாடு மிக்க ஆறு நகரங்களில் ஐந்து நகரங்கள் டெல்லியில் இருந்து 80 கிலோ மீட்டர் சுற்றளவில் காணப்படுகின்றன.

காற்று மாசுபாடு காரணமாக ஆண்டுக்கு 70 லட்சம் பேர் உலகெங்கும் உயிரிழப்பதாக உலக சுகாதார நிறுவனம் மதிப்பிட்டுள்ளது. அதுவும் கொரானாவின் இரண்டாம் அலை 2021இல் நுரையீரல் பாதிப்பால் ஆயிரக்கணக்கான பேர்களை பலி வாங்கியது.

சுற்றுச்சூழல் விருதுகள்

சுற்றுச்சூழல் விருதுகள் அமைதிக்கான நோபல் பரிசுக்கு கிரேட்டா பரிந்துரைக்கப்பட்டார்.

சுற்றுச்சூழல் ஆர்வலரான இவர் துவங்கிய பருவநிலை காக்க பள்ளி வேலைநிறுத்தம் (School strike for the climate) என்ற இயக்கம் உலக பிரசித்தி பெற்றுள்ளது. இதன் மூலம் உலகில் ஏற்படும் பருவநிலை மாற்றத்தை கட்டுக்குள் கொண்டுவர பலர் இவருடன் சேர்ந்து போராடி வருகிறார்கள். இவர் ஆட்டிசத்தின் ஒரு வகையான அசுபெர்கர் குறைபாட்டால் பாதிக்கப்பட்டிருந்தாலும் உலகில் உணவுப்பழக்கவழக்கத்தினாலும் உலகம் சூடாகிறது என்று கூறி சைவ உணவை உண்பது, விமான பயணத்தைத் தவிர்ப்பது என பல வகையிலும் புவி வெப்பமாவதைத் தடுக்க போராடி வருகிறார்.

ஆகஸ்டு 2018இல், ஒன்பதாம் வகுப்பு படித்துக் கொண்டிருந்தபோது அவருடைய தனிப்பட்ட ஈடுபாடு தொடங்கியது. ஸ்வீடன் பாராளுமன்றத்திற்கு எதிரில் சுற்றுச்சூழல் பாதிப்பினை எதிர்த்து, தன் பள்ளி நாள்களை, போராட்டம் மூலம் தொடங்கினார். பருவ நிலையைக் காக்க பள்ளிப்போராட்டம் (School strike for the climate) என்ற பதாகையுடன், எதிர்காலத்திற்கான வெள்ளி என்ற பெயருடன் அமர்ந்து போராட்டத்தில் ஈடுபட்டார். இதன் மூலம் உலகில் ஏற்படும் பருவநிலை மாற்றத்தை கட்டுக்குள் கொண்டுவர பலர் இவருடன் சேர்ந்து போராடி வருகிறார்கள். தொடர்ந்து பிற மாணவர்கள் பலர் அவருடன் சேர்ந்துகொண்டனர். 2018இல் ஐக்கிய நாடுகள் சபையின் பருவநிலை மாற்ற மாநாட்டில், பள்ளியில் போராட்டம் ஆரம்ப மானதற்கான காரணங்களைக் குறிப்பிட்டுப் பேச ஆரம்பித்தார். தொடர்ந்து உலகத்தின் ஏதாவது ஒரு மூலையில் ஒவ்வொரு வாரமும் மாணவர்களின் போராட்டம் தொடர ஆரம்பித்தது. 2019இல் பல நாடுகளில் லட்சக்கணக்கான மாணவர்கள் கலந்துகொண்ட போராட்டங்கள் தொடர்ந்தன.

2018இல், தன்னுடைய 15ஆம் வயதில் ஸ்வீடன் பாராளுமன்றத்திற்கு முன்பாக ஒரு சிறிய பதாகையுடன் போராட்டத்தைத் தொடங்கிய கிரேட்டா தன்பர்க் அதனைத் தொடர்கிறார். சுற்றுச்சூழல் தொடர்பான அப்பிரச்சினையை முன்னெடுத்தபோது இவரை யாரும் கண்டு கொள்ளவில்லை. பின்னாள்களில் வெள்ளிக்கிழமைதோறும் தன் பள்ளி வகுப்பினைப் புறக்கணித்து ஸ்வீடன் நாடாளுமன்றத்துக்கு

வெளியில் போராட்டம் நடத்த ஆரம்பித்தார். இதையடுத்து, 'எதிர்காலத்துக்காக வெள்ளி' என்ற இயக்கத்தைத் தொடங்கினார். (#fridays for future) என்ற ஹேஷ்டேக்கை உருவாக்கி உலகம் முழுவதும் பிரபலமாக்கினார். இதன் மூலம் உலக மக்களின் கவனம் ஈர்த்தார். இதைத் தொடர்ந்து பல நகரங்களுக்கும் சென்று பொதுமக்களையும், கல்லூரி மற்றும் பள்ளி மாணவர்களையும் சந்தித்து பருவ நிலை தொடர்பான விழிப்புணர்வினைத் தொடர்ந்து மேற்கொள்ள ஆரம்பித்தார். இயற்கையைக் காக்க தன்னுடைய பள்ளிப் படிப்பைத் துறந்த தன்பர்க், தன் கோரிக்கையின் மூலமாக மிகவும் பிரபலமாகி வருகிறார். கார்டியன் இதழுக்கு 11 மார்ச் 2019இல் அளித்த பேட்டியில், "நான் சற்று அதிகமாக நினைக்கிறேன். சிலர் அப்படியே விட்டுவிடுவர். எனக்கு வருத்தம் தருவதையோ, சோகம் தருவதையோ அப்படியே விட்டுவிட முடியவில்லை. பள்ளியில் படித்துக் கொண்டிருந்த காலகட்டத்தில் நான் சிறியவளாக இருக்கும்போது எங்களுடைய ஆசிரியர்கள் எங்களிடம் திரைப்படங்களைப் போட்டுக் காண்பிப்பர். அப்போது கடலில் பிளாஸ்டிக் மிதப்பதையோ, பசியோடு இருக்கின்ற போலார் கரடிகளையோ பார்க்கும்போது முழுதும் அழுதுகொண்டேயிருப்பேன். என் நண்பர்களோ படத்தைப் பார்க்கும்போது மட்டுமே வருத்தப்படுவர், படம் முடிந்ததும் மற்றவற்றைப் பற்றி நினைக்க ஆரம்பிப்பர் என்னால் அவ்வாறு இருக்க முடியவில்லை. அந்தப் படங்கள் அனைத்தும் என் மனதில் ஆழமாகப் பதிந்துவிட்டன."

முதல் தர நுட்பவியலாளர்கள், அறிவியலாளர்கள், சமூகச் சேவையாளர்கள், அரசியல்வாதிகள் கலந்து கொண்டு 20 நிமிடத்துக்குள் முக்கிய கருத்துக்களைப் பற்றி விவாதிக்கின்ற டெட் மாநாடு ஸ்டாக்ஹோமில் ஒவ்வோராண்டும் நடைபெறும். 24 நவம்பர் 2018இல் நடைபெற்ற அம்மாநாட்டில் பேசும்போது அவர், பருவநிலை மாற்றம் பற்றி முதன்முதலாக தன் எட்டு வயதில் கேள்விப் பட்டதாகவும், அதற்கு முக்கியத்துவம் தரப்படாததற்குக் காரணம் புரியவில்லை என்றும், தன்னுடைய எதிர்ப்பினை வெளிப்படுத்தா விட்டால் தான் இறந்துகொண்டிருப்பதாக உணர்வதாகவும் கூறினார்.

"2018 வாக்கிலேயே நீங்கள் ஏன் எவ்வித நடவடிக்கையும் எடுக்கவில்லை என்று தன் குழந்தைகளும், பேரக்குழந்தைகளும் என்னை நோக்கிக் கேட்பர்" என்ற தன்பர்க், உரையின் நிறைவாக "விதிமுறைகளுடன் விளையாடிக்கொண்டு நாம் உலகை மாற்றமுடியாது. ஏனென்றால் விதிகள் மாற்றப்படவேண்டும்" என்றார்.

உலகளவில் பிரபலமான நிலையில் அனைவருடைய கவனமும் அவரை நோக்கித் திரும்பியது. மே 2019இல் டைம் இதழின் அட்டைப்

படத்தில், அடுத்த தலைமுறைக்கான தலைவர் என்ற குறிப்போடு இடம்பெற்றார். அவரை பலர் முன்மாதிரியாகக் கொள்கின்றனர். அவ்விதழ் அவரை "உலகின் நபர் 2019" என தேர்ந்தெடுத்தது. அவருடைய பள்ளிப் போராட்டத்தைப் பற்றிய 30 நிமிட குறும்படம் பற்றிய செய்தி வைஸ் என்ற இதழில் வெளியானது.

கிரேட்டா தன்பர்க் 'வாழ்வாதார உரிமை விருது'-க்கு தேர்வு செய்யப்பட்டுள்ளதாக ஸ்வீடன் நாட்டைச் சேர்ந்த மனித உரிமைகள் விருதுக்கான தேர்வுக்குழு தலைவர் தெரிவித்துள்ளார். டைம்ஸ் பத்திரிகையின் "உலகின் நபர் 2019" என தேர்ந்தெடுக்கப்பட்டார். பல ஊடகங்கள் அவருடைய தாக்கத்தினை கிரேட்டா தன்பர்க் விளைவு என்று கூறுகின்றன. தன்பர்க் பல விருதுகளைப்பெற்றுள்ளார். மிகப்பிரபலமான நூறு பேரில் கிரேட்டா தன்பர்க் ஒருவர் என்று டைம் இதழ் புகழாரம் சூட்டியுள்ளது. செப்டம்பர் 2019இல் நியூயார்க்கில் நடைபெற்ற ஐக்கிய நாடுகள் சபையின் மாற்ற மாநாட்டில் கலந்துகொண்டார் என்பதும் குறிப்பிடத்தக்கதாகும்.

இளம் வயதான அவர் பெற்றிருக்கும் விருதுகள் அவரின் செயல்பாடுகளுக்கான பாராட்டு என்றே கொள்ள வேண்டும்.

இன்றைய சூழலியல் சிக்கல்கள் அதிகரித்து வரும் நாட்களில் இவ்வகை அங்கீகாரங்கள் இந்தப் பாதையில் தொடர்ந்து செயல்புரிந்து வருபவர்களுக்கு தருவது போன்ற ஆசுவாசம்தான். இது தொடரட்டும்.

1. நோபல் பரிசுப்பட்டியலில் ஓர் இளம் பெண் (16 வயதே அவருக்கு) பெயர் இடம்பெற்றிருப்பதே கூட பெரிய பரிசுக்குச் சமமானதே.

நோபல் பரிசு என்பது ஒப்பற்ற ஆய்வு மேற்கொண்டவர்களுக்கும், பெரும் பயன் விளைவிக்கும் தொழில்நுட்பங்கள் அல்லது கருவிகளைக் கண்டுபிடித்தவர்களுக்கும் சமூகத்திற்கு அரிய தொண்டாற்றியவர்களுக்கும் வழங்கப்படும் உலகளவில் மிகவும் கவுரவமிக்க பெரிதும் மதிக்கப்படும் பரிசு ஆகும்.

உலக அளவில் இயற்பியல், அமைதி, வேதியியல், மருத்துவம், இலக்கியம் உள்ளிட்ட துறைகளில் தலைசிறந்து விளங்குபவர்களை அங்கீகரிக்கும் விதமாக நோபல் பரிசு ஆண்டுதோறும் வழங்கப்பட்டு வருகிறது. இந்த நிலையில் 2021ஆம் ஆண்டுக்கான நோபல் பரிசு பரிந்துரை பட்டியலில் 330 பேர் உள்ளதாக நோபல் விருது கமிட்டி கூறியுள்ளது.

இந்தப் பட்டியலில் அமெரிக்க முன்னாள் அதிபர் டொனால்டு டிரம்ப், சுவீடன் நாட்டைச் சேர்ந்த இளம் சுற்றுச் சூழல் ஆர்வலரும்

சமீபத்தில் டெல்லி விவசாயிகள் போராட்டத்திற்கு ஆதரவு தெரிவித்த கிரேட்டா தன்பர்க், ரஷிய எதிர்க்கட்சித் தலைவர் அலெக்ஸி நவல்னி உள்ளிட்ட பலரின் பெயர் இடம் பெற்றுள்ளது

பருவநிலை மாற்றம் தொடர்பான போராட்டங்களில் முன்னிலை வகித்த போராடிய ஸ்வீடன் நாட்டு பள்ளி மாணவியான கிரெட்டா தன்பர்க், 2019ஆம் ஆண்டிற்கான சிறந்த நபராக 'டைம்' பத்திரிகையால் தேர்வு செய்யப்பட்டுள்ளார்.

1927ஆம் ஆண்டில் இருந்து டைம் பத்திரிகையின் வரலாற்றில் இந்த விருதுக்கு தேர்வு செய்யப்பட்டவர்களில் 16 வயதுடைய கிரேட்டா தன்பர்க் தான் மிகவும் இளையவர்.

கடந்த ஆண்டு ஸ்வீடன் நாட்டு நாடாளுமன்றத்திற்கு வெளியே வகுப்புகளை புறக்கணித்து ஒவ்வொரு வெள்ளிக்கிழமையும் பருவநிலை மாற்றத்திற்கு எதிராக மாணவர்கள் போராட்டத்தில் ஈடுபட்டனர். அப்போது தான் உலகளவில் #Fridays For Future என்ற ஹேஸ்டேக் மிகவும் பிரபலமானது.

அந்தப் போராட்டத்தில் மில்லியன் கணக்கான மாணவர்கள் பங்கேற்பதற்கு கிரேட்டா முக்கிய உந்துதலாகத் திகழ்ந்தார். இந்த இயற்கையுடனும் மற்ற உயிரினங்களுடனும் நமக்கு இருந்த மரபுப்பூர்வமான பிணைப்பு இப்போது துண்டிக்கப்பட்டிருக்கின்றது. இயற்கையினின்று நாம் அந்நியப்பட்டுப் போய்விட்டோம்,

அறுந்து போன அந்தப் பிணைப்பு பற்றிய ஒரு புரிதல் ஏற்பட்டால் சூழலியல் சீர்கேட்டிற்கும், வறுமைக்கும் உள்ள தொடர்பு, நம் வாழ்வின் அன்றாட வளத்திற்கும் பல்லுயிரியத்திற்கும் உள்ள பிணைப்பு ஆகியவற்றை மக்கள் உணர்ந்து செயல்பட முடியும். ஆனால் தமிழ்நாட்டில் சுற்றுச்சூழல் சீரழிவு பற்றி கரிசனம் உருவாகவில்லை. அதற்கு ஒரு காரணம் தமிழில் இந்த பொருள் சார்ந்த நூல்கள் மிகவும் குறைவு. ஆகையால்தான் மக்கள் சார்ந்த இயக்கம் ஒன்றும் பெரிதாக உருவாகவில்லை (கூடங்குளம் அணுசக்தி எதிர்ப்பு இயக்கம் ஒரு விதிவிலக்கு). இந்தப் பின்புலத்தில்தான் சுப்ரபாரதிமணியனின் கட்டுரைகளை நாம் பார்க்க வேண்டும். (சுற்றுச்சூழல் பற்றிய ஒரு பரந்த விழிப்பிற்கு இந்தக் கட்டுரைகள் உதவும் என்பதில் சந்தேகம் இல்லை)

இது போல் அவரின் ஊக்குவிப்பின் எல்லை எப்போதும் எந்த எல்லையையும் உட்படுத்திக்கொண்டதல்ல.

2. ஆஸ்கர் பரிசுப்பட்டியலில் ஒரு தமிழர் இணைந்திருக்கிறார், அவர் சுவாதி தியாகராஜன், சூழலில் பத்திரிகையாளர் சென்னையைப் பூர்வீகமாகக் கொண்டவர். கடல் உயிர்கள் மனிதனை மகிழ்ச்சி கொள்ள வைப்பவை, ஆச்சரியங்களுக்குள் வைப்பவை.

"மை ஆக்டோபஸ் டீச்சர்" என்ற ஆவணப்படம் சுவாதி தியாகராஜன் தயாரித்தது. தென்னாப்பிரிக்காவின் கடல் பகுதியொன்றில் வசிக்கும் கிரேக் என்பவர் கடல்பகுதியில் நீச்சலடிக்கவும் பொழுது போக்கவும் கடலைப் பயன்படுத்தும் போது ஆக்டோபஸ்களின் போக்கைக் கவனிக்கிறார்கள். ஆக்டோபஸின் ஆயுள் காலமே ஒரு வருடம்தான். அதற்குள் அவை உருமாறுவதும் பெருக்கம் செய்வதும் அழிந்து போவதும் பற்றி பிப்பா எர்லிச்சும், ஜேம்ஸ் ரீடும் இயக்கி யிருக்கும் "மை ஆக்டோபஸ் டீச்சர்" என்ற ஆவணப்படம் பெரும் வரவேற்பைப் பெற்று ஆஸ்கர் பரிசுப்பட்டியலில் ஒரு தமிழரை இணைத்திருக்கிறது.

சூழலியல் விருதுகள்: சில குறிப்புகள்

1. "சாங்கவரி" என்ற இயற்கை காட்டுயிர் இதழ் கடந்த இருபது ஆண்டுகளுக்கும் மேலாக "சாங்கவரி இயற்கை காட்டுயிர் வாழ்நாள் சாதனையாளர் விருதை" அளித்து வருகிறது. இவ்வாண்டு தியடோர் பாஸ்கரன் அவர்களுக்கு இந்த விருதை அளித்துள்ளது. கடந்த ஐம்பது ஆண்டுகளாக தமிழ், ஆங்கிலம் என்று இயற்கை, காட்டுயிர் சார்ந்து எழுதி வரும் அவர் ஐந்து நூல்களையும் வெளியிட்டுள்ளார். இயற்கை பாதுகாப்பு சார்ந்த செயல்பாடுகள் ஒரு இயக்கமாக வலுப்பெற வேண்டும் என்பதைத் தொடர்ந்து வலியுறுத்தி வருகிறார். சுற்றுச்சூழல் சார்ந்து எழுதி வருபவர்களை ஊக்குவித்தும் அவர் எழுத்தும் செயல்பாடும் அமைந்துள்ளது. பல சமயங்களில் அவ்வகையில் என் தொகுப்பு ஒன்றுக்கு இவ்வாண்டு அவர் எழுதி உள்ள முன்னுரையை கீழே தந்துள்ளேன்:

தமிழ்நாட்டில் பசுமை இலக்கிய வெளியில் தோன்றிய முன்னெடுப்புகளில் சுப்ரபாரதிமணியன் அவர்களின் படைப்புகள் சிறப்பிடம் பெறுகின்றன. கட்டுரைகள் மூலமும் புனை இலக்கியம் மூலமும் புறவுலகைப் பற்றிய ஒரு விழிப்பை உருவாக்கி வருகின்றார். சுற்றுச்சூழல் பற்றிய கரிசனமும் சமூகநீதி பற்றிய அக்கறையும் பின்னிப் பிணைத்துள்ளன என்பதையும் சுற்றுச்சூழல் சீரழிவால் முதல் அடி வாங்குவது ஏழைமக்கள்தான் என்பதையும் அவரது படைப்புகள் காட்டுகின்றன. இதை திருப்பூரை விடத் துல்லியமாக வேறு எந்த இடத்திலும் பார்க்க முடியாது எனலாம்.

கழிவுகள்

திருப்பூர் பெருமாநல்லூரில் வசிக்கும் 70 வயது சட்டையணியா சாமியப்பன் அவர்கள் (காரணப்பெயர் அது. சட்டையில்லாத சாமியப்பன் அல்ல. சட்டையணியா சாமியப்பன். சட்டையை அணிய மறுப்பவர். சட்டை தேவையில்லை என்பவர். 20 ஆண்டுகள் தமிழகத்தின் பல பகுதிகளில் இயற்கை வேளாண்மை சார்ந்த பயிற்சிகள், களப்பணிகள் செய்து விட்டு வயது காரணமாகத் திரும்பி விட்டார் சமீபத்தில்) இடுப்பில் ஒரு துண்டைக்கட்டியிருப்பார். வெளியில் செல்லும் போது அது வேட்டியாகும். அந்த வேட்டி கிழிந்து விட்டால் அதைத் துண்டாக்கி தலையில் கட்டிக் கொள்வார். கீழே உள்ளாடை அணியமாட்டார். வீட்டிலும் தோட்டத்திலும் இருக்கும் போது கோமணம் கட்டிக்கொள்வார். வேட்டி கிழிந்து துண்டாகி துண்டு கிழிகிற போது அதைக் கோமணமாக்கிக் கொள்வார். கோமணமும் நசிந்து போகிற போது சமையலறையைச் சுத்தம் செய்யும் துணியாகி விடும் அது.

வேட்டி, துண்டு, கோமணம் என்று மறு உற்பத்தி, மறு உபயோகம் என்று கழிவுக்குச் செல்லும். அதைத்தான் பல பொருட்களின் விசயத்தில் நம் முன்னோர்கள் செய்திருக்கிறார்கள். வேட்டி ஒரு உதாரணம். கழிவை என்ன செய்ய வேண்டும் என்று முன்னோர்களுக்குத் தெரிந்திருக்கிறது.

வீட்டின் முகப்பில், ஒரு மூலையில் குப்பை மேடு முன்பெல்லாம் இருக்கும். வீட்டுக்கழிவுகளைக் கொட்டி உரமாக்க.

உலகமயமாக்கலின் மாயத்தால் கிராமங்களிலிருந்து நகரத்திற்கு மக்கள் இடம் பெயர்ந்து கொண்டிருப்பதை குப்பை சேர்கிறது என்று சாதாரணமாய் கிண்டல் செய்கிறார்கள். ஆனால் நகரக் குப்பைகளை சரியாகப் பராமரிக்காமல் கிராம எல்லைகளில் கொண்டு வந்து போட்டு விட்டுச் செல்லும் அவலம் கொங்கு மாவட்ட தொழில்சார் ஊர்களில் சாதாரணமாக நடக்கிறது. நகரத்து தொழிற்சாலைக் கழிவுகளை சிறுசிறு மூட்டையாக்கி கிராம எல்லைகளில் கொண்டு வந்து போட்டு விட்டு மாயமாகி விடுகிறார்கள். (இதைத் தாண்டி கேரளாவிலிருந்து கோழிக் கழிவுகள், இரசாயனக் கழிவுகளைக் கொண்டு வந்து கொங்கு நாட்டு கிராமங்களில் கொட்டி விட்டுப் போகும் எல்லைதாண்டிய பயங்கர வாதமும் தொடர்ந்து நடந்து வருகிறது)

எங்கள் திருப்பூரில் தினமும் 550 டன் குப்பை சேகரமாகிறது. இதில் 70% நெகிழிக்கழிவுகளே. இந்தக் கழிவுகள் மக்காமல் மண்ணுக்குள் புதைகின்றன. இதனால் மழை நீர் பூமிக்குள் இறங்காமல் வீணாகிறது. கழிவுகள் சாக்கடைகள் நீர்நிலைகளில் தேங்கி கடும் பாதிப்பை ஏற்படுத்துகிறது.

அமெரிக்காவிலும் இது தொடர்வதனைப் பத்திரிகைச் செய்திகள் சொல்கின்றன. அமெரிக்க-மெக்சிகோ எல்லையில் வெளிநாட்டு நிறுவனங்கள் மக்கில்டோரா தொழிற்சாலைகளின் கழிவுகளை ஆறுகளில் கலக்க விட்டு சாதாரண மக்களுக்கு நோய்களைத் தருகிறார்கள். இந்த நோய்களைச் சுமப்பவர்கள் சாதாரண மக்கள். இந்தச் செயலை சூழலியல் பாசிசம் என்கிறார்கள். சூழலியல் இனவெறி என்றும் இதனைச் சுட்டுகிறார்கள்.

வீட்டில் இருக்கும் குப்பையை ஒரு பாலிதீன் பையில் போட்டு (அதை, மக்கும் கழிவு, மக்காத கழிவு என்று பிரிக்காமல்) அதை ஏதாவது குப்பைத்தொட்டியில் போட்டு விட்டு எரிச்சலில் இருந்து தப்பித்து கைகழுவினால் நம் கையில் இருந்து, வீட்டிலிருந்து குப்பை வெளியே போய்விட்டது என்று பெருமூச்சுவிட்டுக் கொள்வதன் தொடர்ச்சிதான் இந்த கிராமப்புற எல்லைக் குப்பை விவகாரம்.

முந்தைய காலத்தில் வீட்டின் முன் ஒவ்வொருவரும் குப்பை கொட்ட குழி தோண்டியிருப்பார்கள். அது மக்கி உரமாகும். இன்றைய காலத்தில் அடுத்தவன் பண்ணட்டும் அப்புறம் நான் பார்க்கிறேன். இருக்கவே இருக்கிறது என்று நெகிழி பைகளில் குப்பைகளை அடைத்துத் தெருவில் போட்டு விட்டால் அதிலிருந்து உற்பத்தியாகும் தொற்றுகள் மெல்ல பரவி வீட்டிற்குள் வந்து விடுவதும் சாதாரணம். நண்பர் ஒருவரின் பெரிய தொழிற்சாலையில் இருக்கும் குண்டு பல்புகளை மாற்றுவது பற்றிச் சொன்னால் "எதெது பீஸ் போகுதோ அதெல்லாம் மாத்தறேன்" என்பார். இது பல ஆண்டுகளாகிவிடும் எல் ஈ டிக்கு அவர் மாற. அது போல் அடுத்தவன் பண்ணட்டும் அப்புறம் நான் பார்க்கிறேன். மனப்பான்மை வளர்ந்து கொண்டே இருக்கிறது. முறையாகக் குப்பைகளைப் பிரிக்காமல் அவற்றை எரிப்பதோ, குழிகளில் போட்டு மூடுவதோ தீர்வாகாது.

தயிரை, பாலில், உறை ஊற்ற மனமில்லாமல் கடையில் வாங்கும் மனப்பான்மை முதல் சீமார்குச்சிகளைக் கூட நெகிழி மயமாக்கி விட்டது வரை எல்லாம் உலகமயம்.

2025இல் 75% மொத்த மக்கள் தொகை கிராமங்களில் இருக்கும்போது குப்பை உலகத்துள் அமிழ்ந்து விடுவோம் என்னும்படி நகரத்து

மனிதர்கள் அலுவலகம் செல்லும் போது மதிய சாப்பாட்டுப்பை, குப்பைத்தொட்டியில் போட இன்னொரு பை கொண்டு செல்வதைப் போலவே பிராண வாயு பை ஒன்றையும் கொண்டு செல்ல வேண்டிய காலம் 2025இல் வந்து விடும். அடுத்தத் தலைமுறைக்கு இதெல்லாம் வரும் என்றிருந்தது இந்தத் தலைமுறைக்கே வந்து விடும். நீடித்த அக்கறையுடனான செயல்பாடுகள் மற்றும் விழிப்புணர்ச்சி நடவடிக்கைகள் நல்ல விளைவுகளைத் தரும். ISO 14001 SA 8000 நோக்கி உள்ளூர் தொழிற்சாலைகள் நகர்ந்து கொண்டிருக்கின்றன,. வீடுகளும் மக்கும் கழிவு, மக்காத கழிவு என்று பிரித்து அதை ஏதாவது குப்பைத் தொட்டியில் போடும் செயலிலாவது சரியாக இறங்க வேண்டும்.

சூழல் சார்ந்த நீதி என்று தனியாக தேவையில்லை. சமூக நீதிக்குள்தான் அது அடங்கும். பிரித்துப் பார்ப்பது தேவையில்லாதது, மக்கும் கழிவு, மக்காத கழிவு என்று பிரித்து அதை விடமுடியாது அதை.

திருப்பூர் துருவன் பாலா, கரிசல் கிருஷ்ணசாமியின் அம்மா குறித்தப் பாடல்கள் எப்போதும் நெகிழ வைக்கும். அதிலொரு பாட்டு “அம்மாவின் சேலை”.

ஆற்றில் மீன்பிடிக்க அம்மாவின் சேலை, தொட்டில் கட்ட என்று பல பரிமாணங்களை அடையும். ஒரு கட்டத்தில் கிழிசலாகிறபோது மண்ணெண்ணெய் விளக்கின் திரியாகும்.

தொட்டில் கட்டித் தூங்க
தூளி கட்டி ஆட
ஆத்துல மீன் பிடிக்க
அப்பனுக்குத் தலைத் துவட்ட
வெக்கையில விசிறியாகும்
வெயிலுக்குக் குடையாகும்
காயம்பட்ட விரலுக்கு கட்டுப்போட
வெளுத்த சேலைத்திரி
வெளக்குப் போட்டா எரியும்.
கஞ்சி கொண்டு போகையிலெ
சும்மாடா இருக்கும்.

5000 ஆண்டுகளுக்கு முந்திய கதையில் இது சொல்லப்பட்டிருக்கிறது.

ஒரு நாள் புத்தர் மடாலயத்தைச் சுற்றி வந்தார். “எனக்கு புதிய போர்வை வேண்டும்” சீடர் ஒருவர்.

"பழைய போர்வை என்ன ஆனது"

"அது நைந்து விட்டது. அதனை விரிப்பாகப் பயன்படுத்துகிறேன்".

"பழைய விரிப்பு என்ன ஆனது"

"விரிப்பு-அது நைந்து விட்டது. அதனை வெட்டித் தலையணை உறையாகப் பயன்படுத்துகிறேன்."

"ஏற்கனவே இருந்த தலையணை உறை"

"அது ஓட்டையாகி விட்டது. அதைத் தரையில் கால்மிதியாகப் பயன்படுத்துகிறேன்"

"பழைய கால்மிதி என்ன ஆனது"

"அது நைந்து நூலாகி விட்டது. அந்த நூல்களைச் சேர்த்து முறுக்கி விளக்குத் திரியாகப் பயன்படுத்துகிறேன்."

ஒரு கூட்டத்தில் கேட்ட சில வாசகங்கள்/ கோஷங்கள்;

Wow-wealth out of waste

* cotton city, now garbage city
* Namma tirupur, clean tirupur
* Making city liveable and smart
  City smart, Citizen smart

★ தேவை Corporate Social Responsibility

மட்டுமல்ல.....

Personal Social Responsibility கூட...

பசுமை வியாபாரம்

கொரானா உபயம். கடந்த இரண்டு நாட்களாய் வழக்கமாய் காய்கறிகள் வாங்கும் கடை இல்லாமல் போய் விட்டது.

கொஞ்ச தூரம் சென்று பசுமைக் காய்கறிக்கடைக்குள் நுழைந்தேன்.

“இதுகளெ வாங்கறதுக்கு விசத்தயே சாப்பிடலாம்”

வெளியே வந்து கொண்டிருந்தவர் உரக்கவே முணுமுணுத்தார்.

“விச காய்கறியெ சாப்புடறம்ன்னுதானே இங்க வர்ரம் இது என்ன புதுசா” என்றேன்.

“இல்லெ. இந்த வெலைய்க்கு இதுகளெ வாங்கறதுக்கு விசம் பரவாயில்லைன்னு ஏதோ வெறுப்புலே மனசுலே வந்திருச்சு. அதுதா அப்பிடிச் சொல்லிட்டன். நியாயமாக்கூட எனக்குத் தோணலே.”

“உம்”

“தெரியாமெச் சொல்லிட்ட மாதிரிதா இருக்கு.”

“ஏதோ வேகத்திலெ சொல்ல வேற மாதிரி அர்த்தம் வந்திரும். அதுக்கு ஆளாகக் கூடாது”

அவரும் ஆமோதித்தபடி மறுபடியும் கடைக்குள் சென்று காய்கறிகளை தேடத் தொடங்கியது ஆறுதலாக இருந்தது.

பசுமை வியாபாரம் இப்போது பல இடங்களில் கொடிகட்டிப் பறக்கிறது. ஆரோக்யம் தேடும் மக்கள் விலை அதிகம் என்றாலும் ரசாயனக் கலப்பில்லாத காய்கறிகள், உணவுப்பொருட்களை வாங்க ஆசைப்படுகிறார்கள்.

இயற்கை வேளாண் விளை பொருள்கள் அதிகமான அளவில் சந்தைக்கு வரும் காலங்களில் க்ரீன் மார்க்கெட்டிங் என்ற வார்த்தை வெகு சாதாரணமாக புழக்கத்தில் வந்துவிட்டது. இயற்கை விளை பொருட்களை வாங்குவதாகச் சொல்வது, உபயோகிப்பது “பேசனாக” மாறிவிட்டது.

அவை சுகாதார அளவில் பாதுகாப்பானவை. செயற்கை உரங்கள் பயன்படுத்துவதில்லை அதனால் அவற்றின் மீதான வசீகரத்தையும் தந்திருக்கின்றன.

பசுமைச் சூழல், அவற்றை மேம்படுத்தும் நடவடிக்கைகள் என்பவை உடனடியாக நினைவுக்கு வரும். இது சார்ந்த வார்த்தைகள் சமீபமாய் அதிகப் புழக்கத்தில் இருந்தாலும் 90கள் முதலே அதிகம் பிரயோகிக்கப்பட்டன. கார்ப்பரேட் சமூகம் பொறுப்புணர்வு பற்றிய பிரஸ்தாபங்களின் போது பசுமை வியாபாரமும் புழக்கத்தில் வந்துவிட்டது. எதிர்காலத் தலைமுறையினரை மனதில் கொண்டு இந்த வார்த்தை உச்சரிக்கப்படுவதாய் சொல்லப்பட்டது.

பசுமை நுகர்வு என்பது பல நாடுகளில் ஓர் இயக்கமாகவே நடைபெற்று வருகிறது. உலகில் வெப்பமாதல் பற்றிய விவாதங்களின் போது இந்த வார்த்தையும் சூடாகிவிட்டது. இந்த பூமியைச் சுத்தமானதாக வெப்பம் குறைக்கும் முயற்சியில் இவற்றின் பயன்பாடு அதிகமாகிவிட்டது

4P இதனூடே விவாதிக்கப்படுகின்றன. Product, Price, Place, Promotion என்பவை அவை. பொருள் எனப்படும்போது சுற்றுச்சூழலுக்கு அபாயம் தராதது என்ற பொருளிலும் விலை என்கிற போது சாதாரணப் பொருட்களுக்கு தரும் விலையைக் காட்டிலும் கொஞ்சம் அதிகமானதாக இருக்கிறது. இதை விற்க தனி இடங்கள் என்பதாகவும், தனி வியாபாரம் எண்ணங்கள், செயல்கள் என்பதாகவும் உணரப்பட்டிருக்கிறது

எல்லாவற்றிலும் பிராண்ட் அவசியமாகிவிட்டது நிலைத்துவிட்ட பிராண்ட்டுகள் லாபத்தை அள்ளிக் கொடுக்கின்றன. பிராண்ட் இருக்கிறதா என்று பார்த்து பொருட்களை வாங்குவது பேஷன் என்று நிலை வந்துவிட்டது. வியாபார தந்திரங்களில், விளம்பரங்களில் பிராண்ட்டை நிலைநிறுத்துவதும் முக்கியமாகிவிட்டது. விளம்பர யுகத்தில் இந்த பிராண்ட் மோகத்தை மீறி இயற்கை விளைபொருள்களை விற்பனை செய்வதும் ஒரு சாகசமே.

பின்னலாடை தரப்படுத்தலில் பிராண்ட் அமைப்பில் SA 8000, SA 14000 போன்றவை பிரபலமானவை, இதுபோல் ISO14040 என்பது சுற்றுச்சூழல் குறித்து வரும் போது வாழ்நாள் சூழலில் மதிப்பீடுகள் திட்டம் பற்றி பேசப்பட்டது. விளைந்து சந்தைக்கு வர இருக்கும் பொருளின் சூழல், சக்தி, சிக்கனமும் வலியுறுத்தப்பட்டது இவையெல்லாம் பசுமைப் புரட்சியின் பின் விளைவுகளாகவும் பார்க்கப்பட்டது.

வேளாண்மை உற்பத்தியைப் பெருக்க பயிர்செய்கை நுட்பங்கள் இந்திய சுதந்திரத்திற்குப் பின் வெகுவாக நடைமுறைக்கு வந்தன. அது சமூக பொருளாதார அரசியல் மாற்றங்களில் பசுமைப் புரட்சியைக்

கொண்டு வந்தது. பல மூன்றாம் உலக நாடுகளில் வறுமை, பட்டினி, சாவு நாட்களில் புதுமைப் புரட்சி முன்நின்றது.

உயர் மகசூல் வகைகள் உருவாயின. தீவிர விவசாய முறைகளில் பூச்சிக்கொல்லிகள் தந்த உபாயம் பூச்சி மேலாண்மை வரைக்கும் சென்றது. பசுமைப் புரட்சி, பூச்சிக்கொல்லி, கலப்பு நைட்ரஜன் வளர்ந்த நாடுகளிடமிருந்து வளரும் நாடுகளுக்கு பாரங்களை ஏற்றின ஐம்பெரும் பூதங்களும் கேடுகள் என வந்துவிட்டன. இயற்கை விவசாய இடுபொருட்கள், உரங்கள் போன்றவை ரசாயன உரங்களை விட விலையில் குறைவே. ஆனால், உழைப்பு சற்று அதிகமே. சரியான இயற்கை வேளாண்மை சார்ந்த புரிதல் இருந்தால் வேளாண்மைத் தொழிலில் இருந்து அதிகளவில் மக்கள் வெளியேறுவதைத் தவிர்க்கலாம் என்கிறார்கள். பல விவசாயிகள் இரசாயன உரங்களால் வரும் புற்று நோயால் அவதிப்பட்டுக் கொண்டே அத்தொழிலைச் செய்வதும் ஒரு முக்கிய கோணம்.

நுகர்வோர் அணுகுமுறைக்குச் சவாலாய் தினப்படி வாழ்க்கை அமைந்துவிட்டது. நுகர்வோரின் வாங்கும் சக்தி என்பது அவரின் பொருளாதார நிலை, சமூகநிலை, அவரின் மனநிலை சார்ந்த விவசாயிகளால் கட்டமைக்கப்பட்டது.

பசுமை வியாபாரம் என்பது இன்று உலக அளவிலான ஒரு விசயமாகி ஆகிவிட்டது. இதை வற்புறுத்தும், கடைபிடிக்கும் நாடுகளில் இந்தியா, இங்கிலாந்து, தாய்லாந்து, ஆஸ்திரேலியா, கனடா, சீனா போன்றவை முன்னிலையில் உள்ளன.

அவை முத்திரையிடப்படுதல் அல்லது எக்கோ லேபிளிங்கில் கவனம் செலுத்துகின்றன.

இந்த முத்திரை பசுமை வியாபாரத்திற்கு முக்கியம் ஆகிவிட்டது. முத்திரைகள் மூலம் பலரின் கவனத்தைக் கவர வேண்டியிருக்கிறது. சுற்றுச்சூழல், உடல்நிலை, இயற்கை விடயங்களை கவனத்தில் கொண்டு பசுமை வியாபாரம் நுகர்வோருக்கும் முக்கியமானதாகி விட்டது.

மாடி வீட்டுத் தோட்டம் அமைத்தல், வீட்டில் உள்ள காலி இடங்களில் காய்கறிகளை விளைவித்தல் என்பது எளிமையான இதன் செயல் வடிவங்கள்தான். நேரம் வசதி உள்ளவர்களுக்கு இவையெல்லாம் கை கூடும்.

ஏழைகளுக்கு இருக்கவே இருக்கிறது ரசாயன விளைபொருட்களும் அதிலுள்ள கொஞ்சம் விஷமும்.

கொரானா காலத்திற்குப் பின் தண்ணீர் போத்தல்கள் டீசர்ட்டுகளாக மாறும் விசயமும் இப்படித்தான்...

கொரானாவுக்குப் பின்னான வருங்காலத்தில் ஒருமுறை அணிகிற ஆடைகளுக்கான தேவை அதிகரிக்கும். ஆடைக்காக ஏன் அதிக பொருளை செலவிட வேண்டும் என ஒரு கேள்வி நம் மனதில் எழுவதால், மறு சுழற்சி, நிலை நிறுத்தல் (Recycle, reuse, sustain) போன்ற வார்த்தைகள் மிக அதிகமாக புழக்கத்தில் இருப்பதால், மீண்டும் மீண்டும் பயன்படுத்தக்கூடிய வடிவமைப்பைக் கொண்டிருக்கிற ஆடைகளும் ஏற்கனவே பயன்படுத்திய ஆடைகள் இருந்தும் தண்ணீர் போத்தல்களிலிருந்தும் மறுசுழற்சி மூலம் பெறப்பட்ட நூல் இழைகளில் இருந்து உருவாக்கப்பட்ட ஆடைகள் அதிகமாக விற்பனைக்கு வரும் என்கிறார் நண்பர் யுவராஜ் சம்பத்.

இது கொரானாவுக்கு முந்தியே இவ்வாண்டின் ஆரம்பத்தில் திருப்பூரில் ஆரம்பித்து விட்டது.

திருப்பூர் என்றால் சாயக்கழிவு வீட்டுக்கழிவு அதிகம் உள்ள நகரம் என்றப் படிமம் பலருக்கு வந்து விடுவதுண்டு. யதார்த்தம் கூட திடக்கழிவு மேலாண்மை, திரவக்கழிவு மேலாண்மை என்கிற ரீதியில் ஏதாவது இங்கு நடந்து கொண்டே இருக்கின்றன.

சாயக்கழிவு மூட்டை மூட்டையாய் நொய்யல் கரையில் பார்த்தவர்களுக்கும் ஆற்று நீரில் கலந்து போவதைக் கண்டவர்களுக்கும் கழிவிலிருந்து இன்னொரு உபப்பொருள் தயாரிக்க முடியும் என்பதே பெரிய ஆறுதல். அதுவும் டீசர்ட்., போன்றவை கூட...

நீடித்த இயற்கை சூழல் என்பது "பூஜ்ஜியம் கழிவு மேலாண்மையில்" மட்டுமே சாத்தியப்படும்.

திருப்பூர் பின்னலாடை துறை சார்ந்த இரண்டு நிறுவனங்கள் 2020 சமீபத்தில் ஒரு சாதனையை நிகழ்த்தி இருக்கிறார்கள். பின்னலாடை துறையில் வெளியேறும் சாயக்கழிவுகள் பற்றிய விமர்சனங்கள் எப்போதும் உண்டு. ஆனால், அவர்கள் அந்தக் கழிவுகளை சார்ந்து பல்வேறு ஆய்வுகளை தொடர்ந்து நடத்திக்கொண்டிருக்கிறார்கள். இப்போது நாம் பயன்படுத்திய பழைய போத்தல்களைப் பயன்படுத்தி சட்டை தயாரிக்கும் பணியில் வெற்றி பெற்றிருக்கிறார்கள். நாம் வீசி

எறியும் தண்ணீர் போத்தல்கள் பேருந்து நிலையங்களில் குவிந்து கிடக்கும் அவற்றின் மலைத் தன்மை போன்றவை நம்மை எப்போதும் பயமுறுத்தும்: அந்தத் தண்ணீர் போத்தல்களை எடுத்து அதிலிருந்து பைபர் நூலைப் பிரித்து பின்னலாடை துறையில் பயன்படுத்த இரண்டு நிறுவனங்கள் வெற்றி கண்டிருக்கிறார்கள்.

ஒன்று சுலோச்சனா நிட் என்ற ஒரு நிறுவனம்; இன்னொன்று சிண்டிகேட் இம்பெக்ஸ். இவர்கள் இருவரும் வெளிநாட்டு தொழில் நுட்பத்தை முன்வைத்து குஜராத்தில் நிகழ்த்தப்பட்ட ஆய்வு அடிப்படையில் தண்ணீர் போத்தல்களில் இருந்து பைபர் நூலை பிரித்தெடுக்கும் முயற்சியில் வெற்றி பெற்று பின்னர் ஆடைகளை உற்பத்தி செய்திருக்கிறார்கள். அது ஆஸ்திரேலியாவின் உலக ஓபன் டென்னிஸ் போட்டிகளின் போது பயன்படுத்தப்பட உள்ளது. இந்தப் போட்டியின் போது பந்துகளை சேகரித்துத் தரும் சிறு பையன்கள் பயன்படுத்துகிற பின்னலாடை ஆகியுள்ளன. இந்தத் தண்ணீர் போத்தல்கள் டீசர்ட்டுகளாக மாறியுள்ளன. உலகத்தில் முதல் முயற்சி இது. அந்த டீ சர்ட்டுக்களை அடிக்கடி துவைக்க வேண்டியது இல்லை.

திடக் கழிவை பின்னலாடை துறை டீ சர்ட்டுக்களாக மாற்றியிருக்கிறார்கள். அது ஒரு சாதனை திருப்பூரில் நிகழ்ந்திருக்கிறது

திடக்கழிவுகள் என்று வந்துவிட்டாலே அவற்றை மறுப்பது, குறைப்பது, மறுபயன்பாடு செய்வது, மறுசுழற்சி செய்வது என்பவை முக்கியமாக இருக்கின்றன. ஒரு லிட்டர் கொக்ககோலா தயாரிக்க 60 லிட்டர் தண்ணீர் தேவையாக இருக்கிறது. இரண்டு டம்ளர் அரிசியை வேக வைக்க வெவ்வேறு முறைகள் என்று வருகிறபோது 10 லிட்டர் தண்ணீர் தேவைப்படும். இதற்கான தண்ணீர் மறைநீர் தண்ணீர் என்று சொல்லப்படுகிறது. நம்முடைய கழிவுகளில் வீட்டுக்கழிவுகள் தொழிற்சாலைக் கழிவுகள் முக்கியம் ஆகும். டன் கணக்கில் இவை வெளியேறிக் கொண்டிருக்கின்றன. இவற்றை தடுப்பதற்கான முயற்சிகள் குறைவாகவே இருக்கின்றன. நண்பரொருவர் போபால் எக்ஸ்பிரஸ் என்ற திரைப்படத்தின் ஒரு காட்சியைக் குறிப்பிட்டார் போபால் விஷவாயு சம்பவம் நடந்து 30 ஆண்டுகளுக்கு மேலாக அதனால் பாதிக்கப்பட்ட மக்களுக்கு பெரிய நிவாரணங்கள் கிடைக்கவில்லை. அந்தப் படத்தின் இறுதியில் ஒரு காட்சி. ஒரு தொடர்வண்டி பயணிகளுடன் சென்று கொண்டிருக்கிறது. போபால் பகுதியில் ஒருவர் சிரமப்பட்டு அந்த விஷ வாயுவை சுவாசித்து உடல் தள்ளாட ஒரு கொடி ஒன்றைக் காட்டி அந்த வண்டியை நிறுத்துகிறார். அந்த வண்டி விஷவாயு பாதிக்கப்பட்ட பகுதிக்குச் செல்வதை தடுக்கிறார். அவர் விஷவாய்வு தன்மையால் மயங்கி விடுகிறார். பக்கத்திலேயே எந்த அடையாளமும்

கிடைக்காத இன்னொரு தொடர்வண்டி போபால் விஷவாயு பகுதிக்குள் போகிறது. ஒரு பக்கம் கழிவு சார்ந்து ஏதாவது நடக்கிறது. எப்படி முடிகிறது? இப்படித்தான் அறிவு சார்ந்த விஷயங்களால் ஏதோ ஒரு பகுதியில் எச்சரிக்கையோடு நிறுத்தினால் இன்னும் பல பகுதிகளில் அது திரும்பத் திரும்ப வேறு விதங்களில் வந்து கொண்டிருக்கிறது. சமீபத்தில் மருத்துவ கழிவுகளை வளரும் நாடுகளில் கொண்டு வந்து கொட்டி இன்னும் பிரச்சனை செய்து கொண்டிருக்கிறார்கள்.

திருப்பூருக்கு அருகில் கடல் ஏதாவது இருந்தால் திருப்பூர் 2020இல் ஒரு லட்சம் கோடி ரூபாய் அந்நிய செலாவணி இலக்கை அடைந்திருக்கும் என்றார் நண்பர் ஒருவர். கடலில் திட சாயக்கழிவுகளை சுலபமாக வெளியேற்றி விடலாம். பல சிரமங்கள் சுத்திகரிப்பு நிலையம் பல கோடி செலவு செய்து ஏற்படுத்துவது போன்றவற்றைத் தவிர்க்கலாமே. 2020 இந்தியா வல்லரசாகும் என்ற அப்துல்கலாமின் கனவு போல் 2020இல் ஒரு லட்சம் கோடி ரூபாய் என்பது திருப்பூர் பின்னலாடை ஏற்றுமதியாளர்களின் கனவாக கடந்த 5 ஆண்டுகளில் இருந்தது. கைகூடவில்லை. ஓர் அடி முன்னால் இரு அடி பின்னால் என்கிற மாதிரி ஆகிவிட்டது.

திருப்பூரின் இன்றைய நிலை பற்றி:

திருப்பூரின் 10000 தொழிற்சாலைகளும் மூடப்பட்டுவிட்டன. அதை நம்பியிருந்த 10லட்சம் பேர் வீட்டில் முடங்கிக் கிடக்கின்றனர்.

திருப்பூரின் பெரிய பிரபலமான பல்வேறு ஏற்றுமதியாளர்கள் வயிற்றில் நெருப்பை கட்டிக் கொண்டு திக்குத் தெரியாமல் அல்லாடி வருகிறார்கள்.

இதில் ஏற்கனவே நிகழ்வுற்ற ஒரு மரணமும் அடங்கும்.

திருப்பூர் ஏற்றுமதியாளர்கள் ஒரு வித்தியாசமான வியாபார தந்திரத்தை கடைப்பிடிக்கிறார்கள். அது எதிர்மறையான விளைவை தற்போது தரப்போகிறது. இனியாவது திருந்த வேண்டும்.

மாதம் 2500 கோடி ரூபாய் வியாபாரம் செய்கிற ஊருக்கு 2 மாதம் விற்பனை செய்த சரக்கு பணம் வரவில்லை என்றால் அவர்கள் நிலை என்ன? அடுத்து மூன்று மாதங்களுக்கு வியாபாரமே இல்லை என்றால் அவர்கள் முதலீடு என்னாவது?

இந்தக் கேள்விகளுக்கு விடை கிடைத்தால் திருப்பூரின்நிலை உங்களுக்குத் தெளிவாகும்.

கோடை கால வியாபாரம் 60 லிருந்து 70 சதவீதம் திருப்பூரில் நடக்கும். கொரானா இந்த கோடைகால வியாபாரத்தை அப்படியே நிறுத்திவிட்டது. தயாரித்த ஆடைகள் நிறுவனங்களிலும், வியாபாரிகளுக்கு அனுப்பப்பட்ட பெட்டிகள் கப்பல்களிலும், கப்பலிலிருந்து இறக்கப்பட்ட பெட்டிகள் அந்தந்தத் துறைமுகங்களிலும் அப்படியே நிற்கின்றன.. இவர்களின் சோகத்தை சுமந்தபடி. இந்தப் பாதிப்பு இந்தியாவைவிட வங்காள தேசம் வியட்நாமிலும் கம்போடியாவிலும் அதிகம் இருக்கலாம் என்று ஆராய்ச்சியாளர்கள் சொல்லுகிறார்கள்.

இந்த ஆயத்த ஆடை வியாபாரம் ஏதோ உங்களுக்கும் ஆடைக்கும் உள்ள தொடர்பு மட்டுமே என்றோ அல்லது தயாரிப்பாளருக்கும் இறக்குமதியாளர்கள் உள்ள தொடர்பு என்றோ நினைப்பது நல்லது அல்ல (யுவராஜ் சம்பத்).

மீத்தேனை விட அபாயகரமானது சமையல் வாயு. அதிக விசத்தன்மை கொண்டது. சகாய விலை, மான்யம் என்பதால் சமையல் வாயுவை யாரும் எச்சரிக்கையாக, அக்கறை எடுப்பதில்லை. இலவசம் என்று வந்து விட்டால் சலுகைதான் மரணத்திற்கும் என்றார் நண்பர். மீத்தேன் தான் கண்களுக்குத் தெரிகின்றன. மூட்டை மூட்டையாய் கொட்டிக்கிடக்கும் திடக்கழிவுகள் பல சமயங்களில் சோற்றில் மறைந்த பூசணிக்காயாய் இருக்கின்றன.

பல சமயங்களில் நாம் என்சைம் என்பதையும் எச்சில் என்பதையும் பலவாறு போட்டு மனதில் சமைத்துப் பார்க்கிறோம். ஒருவகையில் இரண்டு வார்த்தைகளும் ஒரே அர்த்தத்தையே தான் தருகின்றன. காரணம் அவை இரண்டும் திடக்கழிவு என்பதில் உடைய வெவ்வேறு ரூபங்களாக இருக்கின்றன. இதிலிருந்து பொருட்களை உற்பத்தி செய்வது அழகுபடுத்துவது ஒரு கலையாக உலகம் முழுக்க இன்று வளர்ந்து வருகிறது. அந்தக் கலைக்கு வளம் சேர்க்கும் வகையில் பல கலைப் பொருட்கள் உலகம் முழுவதும் இன்று வரை வந்து கொண்டிருக்கின்றன. ஆனால், அவை விஷத்தன்மை நீக்கப்பட்டதாக இருக்கவேண்டும் என்பது மிகவும் முக்கியமாக இருக்கிறது.

இந்த தண்ணீர் போத்தல்கள் டீசர்ட்டுகளாக மாறியுள்ள விசயமும் இப்படித்தான்.

எல்லோருக்குமான சூழலியல்

"இயற்கை, பூமி இவை மனிதனின் சாதாரணமான ஆசைகளை சாதாரணமாகவே நிறைவேற்றும். ஆனால், மனிதனின் பேராசையை நிறைவேற்றாது" என்ற காந்தியின் வாசகம் சூழலுடன் ஒவ்வொரு கணத்திலும் இணைக்கப்படுகிறது.

மனிதனின் பேராசை இயற்கையைச் சுரண்டி சூழல்களைத் தொடர்ந்து நாசம் செய்து கொண்டிருக்கிறது. இயற்கை வளங்களை மனிதர்கள் அதிக உரிமை எடுத்துக் கொண்டு சுரண்டி வருவதும் மனிதனின் பயன்பாட்டிற்காகவே இருப்பதாக எண்ணிக்கொண்டு செயல்படுவதை மறுக்கும் சூழலியல் என்ற கோட்பாட்டை ஆர்ணேநேஸ் என்ற இயற்கையாளர் முன்வைக்கிறார்.

மனிதர்களை மையம் கொண்டிருக்கிற இந்த வகை அணுகு முறையை இந்தச் சூழலியல் கொள்கைகள் விமர்சிக்கின்றன. பூமி மனிதர்கள் பயன்படுத்திக் கொள்ள இருக்கிறது. தங்களுக்காக இயற்கையை மாற்றிக் கொள்ளலாம். அது ஒருவகையில் எப்போதாவது பெரிய அளவில் கேட்டை உருவாக்கும். அப்படி கேடுகளைக் கட்டிக்கொண்டு மனிதனை பாதுகாத்துக்கொள்ள புது வரையறைகளை உருவாக்கிக் கொள்ளலாம் என்று சொல்லப்படுவதை சூழலியல் கொள்கைகள் விமர்சிக்கின்றன.

இதன் மூலம் கானுயிர் பல்லுயிர் பாதுகாப்பு கவனத்தில் கொள்ளப்பட வேண்டும். இயற்கையைப் பின்பற்றி எளிய வாழ்க்கை நெறிகளைக் கடைபிடிக்க வேண்டும். இயற்கையை பெருமளவில் சேதப்படுத்தாமல் இருக்க மக்கள் தொகையைக் கட்டுப்படுத்த வேண்டும் என்பதன் அடிப்படையே சாரமாக இருக்க வேண்டியிருக்கிறது.

பூமியில் உள்ள ஒவ்வொரு உயிருக்கும் சமமான உரிமை உண்டு. ஓர் உயிரினம் மீது மற்றொரு உயிரினம் அதிகாரம் செலுத்த எந்தவித உரிமையும் இல்லை. மனித உயிர்கள் மற்றும் மனிதர் அல்லாத பிற உயிரினங்களின் வாழ்வு மனிதர்களின் பயன்பாட்டிற்கான அளவுகோலை சார்ந்ததல்ல. மனிதன் தன் அடிப்படைத் தேவைகளை பூமியைக் கொண்டு நிறைவேற்றிக் கொள்ளலாம். அதை மீறி பூமியின் செழுமையைச் சுரண்ட மனிதர்களுக்கு உரிமையில்லை. பெரியது, சிறப்புடையது என்ற கருதுகோள்களில் உடன்பாடு இல்லாமல் எல்லா உயிர்களும்

மதிக்கப்பட வேண்டும் என்பதை ஆர்ணே நேஸ் வலியுறுத்தி இருக்கிறார். இயற்கை மனிதனால் சுரண்டப்படுகிறது. பூமியில் வாழும் பிற உயிரினங்களும் சுரண்டப்படுகின்றன. அதேபோல் சமூகச் சூழல்களில் பெண்களும் சுரண்டப்பட்டு வருகிறார்கள் என்பதை ஆண் சூழலியல் அடிப்படைவாதம் என்று சொல்லப்படுவதுண்டு. இதற்கு எதிராக பெண் சூழலியல் முன்வைக்கப்படுகிறது. சூழலியலில்தான் எத்தனை பிரிவுகள்.

உயிர்களை ஒருவரின் விருப்பமும் தேவையும் சார்ந்து பயன்படுத்திக் கொள்வதற்கு யாருக்கும் உரிமை இல்லை என்று ஆர்ணே நேஸ் சூழலியல் சொல்கிறது. மனிதர்களை முதன்மைப்படுத்தும் சூழலியல் அணுகுமுறைக்கு எதிரானதாக இருக்கும் வேளையில் மனிதனுக்கு எவ்விதத்திலும் எதிரானதல்ல என்று தீர்க்கமாகச் சொல்லப்படுகிறது.

இயற்கை சூழலில் தான் தேவை என்று வலியுறுத்திய ஆர்ணே நேஸ் காந்தியத்தில் நம்பிக்கையுடையவர். 2009இல் மரணமடைந்த நார்வேக்காரர். அவருக்குப் பிடித்தமானதைப் பற்றி பட்டியலிடலாம்..

பிடித்த வண்ணம் பச்சை, பிடித்த விலங்கு எலி, பன்றி, அவருக்குப் பிடித்த படம் ஆட்டன் பரோவின் காந்தி திரைப்படம்.

கொல்ல வருவது பசுவென்றாலும் கொன்று விடு என்றார் காந்தி. காயப்பட்டுத் துடிக்கும் விலங்குகளைக் காப்பாற்றுவதை விட கொல்வது சிறந்தது என்பார் அர்னே. அவர் 96ஆம் வயதில் இறந்தார்.

காந்தியைப் போலவே அவரை போதித்தவர் ராக்சல் கார்சன். அவரின் மௌன வசந்தம் நூல் மூலமாகவும்... நல்ல மலையேற்ற பயிற்சியாளராகவும் விளங்கினார். பெரிய அணைகளைக் கட்டுவதற்கு எதிராக போராட்டங்களை நடத்தியவர். இளம்வயதில் பேராசிரியராகவும் பணியாற்றியவர். 30க்கும் மேற்பட்ட நூல்களை எழுதியவர்.

புரட்சி என்பது மனதில் அடியில் இருந்து தொடங்கப்பட வேண்டும் அது கொண்டு செல்லப்படும் நோக்கம். செயல் முறைகள் குறித்து தெளிவாக சிந்தனை வேண்டும். புரட்சியோ போராட்டங்களோ மனிதர்களின் நுகர்வு வாழ்க்கைக்கு அல்ல, எல்லாமும் இயற்கைக்காகவும் பிற உயிரினங்களின் வாழ்வுரிமைக்காகவும் அவை என்பதை வலியுறுத்தியவர்.

அவர் மக்கள் தொகையைக் கட்டுப்படுத்துவதில் அக்கறை கொண்டு கருத்துக்களை முன்வைக்கிறார். ஒரு நாளைக்கு 100 உயிரினங்கள் வீதம் ஒரு வருடத்திற்கு ஒன்றரை லட்சம் உயிரினங்கள் மனிதர்களால்

அழிகின்றன. இது இயற்கை ஏற்படுத்தும் உயிரின அழிவை விட பத்தாயிரம் மடங்கு அதிகம். சூழல் சமன்பாட்டை உருவாக்க உலக மக்கள் தொகை 100 மில்லியன் அளவிற்கு இருக்க வேண்டும் என்றார்.

மனிதர்களுக்கு பூமி மீது எவ்வளவு உரிமையோ அதே அளவு உரிமை மற்ற உயிரினங்களுக்கும் உண்டு என்பதை நம்பியவர் ஆர்ணேநேஸ். அதை நம்பாமல் நம் நுகர்வு வாழ்க்கை இயற்கையிலிருந்து விலகி ரொம்பத் தூரமாய் போய்க் கொண்டிருக்கிறது. வியாதிகளும் மருத்துவமனைகளும் நெருங்கி வந்துவிட்டன.

கொரானா நடை வலசை போதல்

கொரானா நடை ஒரு வடிவத்துக்குள் வந்து விட்டது. மொட்டை மாடி வீட்டாளர்கள் மாடி செவ்வகத்துக்குள், சதுரத்துள் நடக்கப் பழகிக் கொண்டார்கள். மொட்டை மாடி இல்லாதோர் வீட்டுக்குள் எட்டு எண் நடைப் பயிற்சிக்குப் பழகிவிட்டார்கள் (நாலு தெரு சொந்தக்காரர் அவர். அவர் நடைப்பயிற்சி செய்வதோ மொட்டை மாடி செவ்வகத்துக்குள் தான் - ஒரு புதுமொழி).

இடம்பெயர்ந்தத் தொழிலாளர்கள் ஊர் போகிற ஆசையில் நடந்து களைத்து செத்துப் போகிறார்கள். தொற்றால் அழுகிறார்கள் தொடர்வண்டி பாதியில் விழுந்து சாப்பாத்திகள் மக்கிப்போவதைப்போல செத்துப் போகிறார்கள். மீறிப்போகிறவர்கள் முகாமில் அடை படுகிறார்கள். கொரானா கிருமி நாசினி தடுப்பு மருந்தை பீய்ச்சி அடித்து வரவேற்புத் தருகிறார்கள்.

இடம்பெயர்ந்தத் தொழிலாளர்கள் வலசைபோதல் என்பதற்கு உதாரணமாய் வயிற்றுப் பிழைப்புக்காகவும், சாதிய வன்முறைகளிலிருந்து தப்பிக்கவும் பயணம் மேற்கொள்கிறார்கள். வலசை போதல் பறவைகளுக்கு மட்டுமா. மனிதர்களுக்கும் என்றாகிவிட்டது.

வலசை போதல் என்று தலைப்பிட்டு ஒரு நாவல் எழுத ஆரம்பித்தேன். முடிக்கவில்லை எப்போதாவது தொடர்வேன். வேறு நாவல் எழுதும் வலசையாகி "விட்டதுதான்" காரணம். அந்நாவல் பறவைகளின் இடம்பெயர்தல் பற்றியதல்ல. மனிதர்களின் இடம்பெயர்தல் பற்றியதுதான். நான் திட்டமிட்டது வேறு. கொரானா சூழலில் அதன் மையம் மாறிவிட்டது.

குளிர்காலத்தில் பறவைகள் உணவைத் தேடி பின் பல இடத்திற்கு திரும்புதல் என்பதை வலசை போதல் என்கிறார்கள். கடிகாரத்தின் பெண்டுலத்தின் அசைவுகள் போல் ஓர் இடத்திற்குச் சென்று திரும்பும் பறவைகளுக்கு உணவு உள்மன தூண்டல், வாழ் நிலைக்கான ஆதாரம்

தேடுவதற்காக அமைந்திருப்பது பறவையியலாளர்களுக்கும் மர்மமாகவே இருக்கிறது. பெரும் பருவ நிலை மாறுதலும் அவைகளை இடம் பெயரச் செய்கிறது.

சுமார் பத்தாயிரம் வகைப் பறவைகளில் 2% ஆண்டுதோறும் பருவ காலத்தில் வலசை போகின்றன. வடக்கிலிருந்து தெற்கிற்கு என்று சொல்லலாம். இனப்பெருக்கம் செய்துவிட்டு பழைய பகுதிக்கே திரும்பும் பறவைகளும் உள்ளன. நிலா, நட்சத்திரம், புவியின் காந்த ஈர்ப்பும் புலங்களை அடிப்படையாகக் கொண்டு வலசை நிகழ்வதாக அறிஞர்கள் கருதுகின்றனர்.

தமிழர்களின் இடம்பெயர்தல் கிறிஸ்துவுக்கு முன்பாக- 2500 ஆண்டுகளுக்கு முன்பே ஏற்பட்டிருக்கிறது. சங்க காலத்திலும் புறநானூற்றிலும் இதற்கு குறிப்புகள் உள்ளன. முல்லைப்பாட்டு, நெடுநல்வாடை, ஆற்றுப்படை நூல்களில் போர் காரணமாக தமிழர்கள் இடம்பெயர்ந்து சென்றதைக் காண்கிறோம். அன்றைய பூம்புகார் வெளிநாடுகளிலிருந்து வந்த "புலம் பெயர் மாக்கள் கலந்தினி உறையும்" என்று குறிப்பு பட்டினப்பாலையில் உள்ளது. "அவன் உரை முனிந்த ஒக்கலோடு புலம்பெயர்ந்து" என்கிறது நற்றிணை. "கலம் தரு திருவின் புலம்பெயர் மாக்கள்" என சிலப்பதிகாரமும் கூறுகிறது

தமிழகத்திலிருந்து இலங்கை மலேசியா சிங்கப்பூர் பர்மா இந்தோனேஷியா தென்னாப்பிரிக்கா பிஜித்தீவுகள் போன்ற நாடுகளுக்கு தேயிலை, ரப்பர், கரும்புத் தோட்டங்களுக்கு வேலை பார்ப்பதற்காகச் சென்றனர். இது 16ஆம் நூற்றாண்டில் இருந்து பத்தொன்பதாம் நூற்றாண்டின் நடுப்பகுதி வரைக்கும் மிகுதியாக நடந்திருக்கிறது.

புலம்பெயர் இலக்கியம் என்ற குறிப்பிடத்தக்க இலக்கிய வகை இன்று தமிழில் நிலைத்து விட்டது. தமிழகத்தைக் கடந்து தொப்புள் கொடி உறவாக அவர்களின் அனுபவங்கள் தமிழிலக்கியத்தில் உரம் சேர்த்திருக்கின்றன.

பறவைகளில் வலசை போதல் இயல்பானது. மனிதர்களின் இடம்பெயர்தல் பலவகை நெருக்கடிக்குள் அமைவதாகும். சுற்றுலா குறிப்பிட்ட வேலை சார்ந்து குறிப்பிட்ட கால அளவில் மாறுதல் இதனுள் அடங்காது. வீட்டிற்கு அடங்காதவன் ஊர்சுற்றி என்பார்கள் ஆனால், வயிற்றுப் பசியை அடக்காதவர்கள் உயிரை காத்துக் கொள்ள ஆசைப்படுபவர்கள் இடம்பெயர்தல் என்பது இந்நூற்றாண்டின் முக்கியமாக உள்ளது. அது சார்ந்து அகதிகள் உருவாவது கூட.

உலகமயமாக்கல் சிறு தொழில்கள் விவசாயம் போன்றவற்றை ஒழித்து கிராமப்புற மக்களை பெரு நகரங்களுக்கு, தொழிற்சாலை நகரங்களுக்கு இடம்பெயரச் செய்கிறது. உள்நாட்டுக் கலவரங்களும் விடுதலை கோரிப் போராடும் தேசிய இனமக்களின் பிரச்சனைகளுக்கும் இடையே போர் காரணமாக உள்ளது. இது உலக நாடுகள் முழுக்க இன்று நிகழ்ந்து கொண்டிருப்பதாகும். கண்டுபிடித்துத் தீராத வழிகளை அவை கொண்டிருக்கின்றன.

சென்ற நூற்றாண்டின் இறுதி உலகம் முழுவதும் அகதிகளை பரப்பிவிட்டு இருக்கிறது. இலங்கை இனப் பிரச்சனை காரணமாக ஈழத்தமிழர்கள் உலகம் பூராவும் நிறைந்திருக்கிறார்கள். வெவ்வேறு நாடுகளுக்கான போர் மனப்பான்மை ஏகாதிபத்திய ஆக்கிரமிப்புகள் தேசிய இனப் பிரச்சனைகள் உள்நாட்டுக் கலகங்கள் ஆகியவை மக்களை இடம்பெயரச் செய்து அவர்களை ஓட விட்டன.

உலகமயமாக்கலும் அதன் தொடர்பான தொழில் சிதைவுகளும் அகதிகளாக மக்களை வெளித்துப்பிக் கொண்டிருக்கச் செய்கின்றன. அந்நிய முதலீடுகள் பெரிய தொழிற்சாலைகளை தோற்றுவித்துக் கொண்டிருக்கும் போது சுதேசிமயமான தொழிற்சாலைகள் மூடப் படுகின்றன. இவை மூலமாக தொழிலாளர்களின் இடப்பெயர்வும் மக்களின் வாழ்நிலையை பெருமளவில் பாதிக்கின்றன.

இந்த வகை இடப்பெயர்வுக்கு வறுமையும் வேலைஇல்லாத் திண்டாட்டமும் முதன்மைக் காரணங்களாக இருக்கின்றன. சமூக நிலையில் கீழ்ப்படியிலும் அதற்குச் சற்றே மேல் இருக்கும் மத்திய தட்டுகளில் இருக்கும் தொழிலாளர்கள் இடம் பெயர்கிறார்கள்.

அவர்கள் அதிகம் படிக்காத முறைசாராத தொழிலாளர்களாக இருக்கிறார்கள். வேளாண்மை பொய்த்துப் போவது சாதாரணமாய் தண்ணீர் பற்றாக்குறை நிகழ்ந்து சொந்த நிலங்களை வைத்திருப்போர் வேளாண்மை செய்ய இயலாது வெளியேறுகிறார்கள். உறவினர்கள் யாராவது இருக்கும் பகுதியிலோ வீடுகளிலோ தற்காலிகமாய்க் குடியேறுகிறார்கள். பல இடங்களில் தற்காலிகக் குடிசைகள் போதும். தற்காலிகமாக மின்சாரம் சாலை வசதிகள் போன்றவை தங்கள் ஊரில் இருந்ததை விட சிறப்பாக இருப்பது ஆறுதல் தருகிறது. அவர்களுக்கு தண்ணீர் லாரிகள் காமதேனுகளாக வாழ்கின்றன

குழந்தைகளின் படிப்பிற்குச் செலவு செய்யும் மனநிலை அற்றுப் போகிறார்கள். நாங்கள் இவ்வளவு கஷ்டப்படும்போது குழந்தைகளுக்கு கல்வி தேவைதானா என்ற கேள்வியின் முடிவில் குழந்தைகளையும் வேலைக்கு அனுப்பத் துணிகிறார்கள். குழந்தைகளின் படிப்புச்

செலவுக்கும் துணிகளுக்கும் குறைவாகச் செலவிடுகிறார்கள். தினமும் குறைந்தது 12 மணிக்கும் அதிகமாக உழைக்க வேண்டியிருக்கிறது. இருப்பிடச் சூழலும் தொழிற்சாலைச் சூழலும் அவர்களுக்கு மன ரீதியில் பாதுகாப்பானதாய் இல்லை. உளவியல் சிக்கல்களையும் உளவியல் ரீதியான பாதுகாப்பின்மையும் சில விதங்களில் ஏற்படுத்தி விடுகின்றன. தங்கள் உரிமை குறித்த அக்கறைகளுக்காக தொழிற் சங்கங்களின் அரசியல் இயக்கங்களில் சேர்தல் மிகக் குறைவாக இருக்கிறது. 10 சதவீதமானவர்களே தொழிற்சங்கங்களில் சேர்கிறார்கள். தொழிற்சங்க அரசியல் இயக்கங்களை விட தங்கள் பிரதேச மக்களின் கூட்டமைப்பு தங்கள் ஜாதியினரின் சங்கங்கள் சேர்வது பாதுகாப்பானது என்று நினைக்கிறார்கள். இதன் ஆபத்தை உணர்வதில்லை. ஓரளவு சம்பளமும் தொடர்ந்து வேலை கிடைத்ததும் அவர்களின் துயரங்களை எல்லாம் சற்றே ஒதுக்கி வைத்துவிட்டு அதிலுள்ளே இருக்க வைக்கின்றன. இன்னொரு பிரதேசத்திற்கு நல்ல வேலை தேடிச் செல்கிற இடப்பெயர்வு கானல் நீர்தான் என்பதையும் உணர்கிறார்கள். பறவைகளுக்கு இப்படி கானல் நீர் அனுபவம் இல்லை. ஏதாவது உணவாவது கிடைத்துவிடும். பறவைகளுக்கு எதற்கு இறக்க? மனிதன் கையால் பிடிபடக்கூடாது என்று பறக்கிறது. பறப்பது அப்படி சுலபமா என்ன. பறக்கும் நிலை தோன்றும்போது இறக்கைகளுடன் சில பகுதிகளில் வளைந்து கொடுக்கும் நிலையும் தேவைப்படுகிறது.

இறக்கைகளில் இப்பகுதிகள் முக்கியமானவை. மாற்றங்களின் போது இறக்கைகளைத் தொடர்ந்து தொடர்ந்து வீசுவதாலும் மற்றும் இறக்கைகள் பற்றிக்கொள்ள இருக்கும் உறுப்புகள் செயல்பாடு முக்கியமானதாகவும் இருக்கிறது. சில பறவைகளுக்கு இரு தோள்பட்டை இணைப்புக்கிடையே உள்ள இடைவெளியை ஒழுங்குபடுத்தும் அமைப்புகளாக செயல்படுகின்றன. இவ்வுறுப்பு ஸ்போர்ட்ஸ் கார் பறப்பதைப் போல அதற்குத் தேவையான சக்தியை சேர்த்து வைக்கிறது. பறக்கும்போது இறக்கைகளை உயர்த்தி தாழ்த்தி மற்றும் சுழற்சிக்கு உதவும் தசைகள் பெரும்பங்கு வகிக்கின்றன. இதற்காக இரண்டு கோட்பாடு மேலும் நான்கு இயற்கை கோட்பாடு தத்துவங்களின்படி முன்னங்கால்களில் இருக்கும் சதைகளும் தொடர்ந்து இயங்கி மிக வேகமாகவும் படிப்படியாகவும் பறக்க ஏதுவாகிறது. பெரிதாகவும் மற்றும் வலிமையான இறக்கைகளைக் கொண்டவை. இயற்கை நிலையிலேயே மாற்றமடைந்து இவை காற்றில் பறப்பதற்கேற்ற சிறந்த மாற்றமடையச் செய்கிறது என்கிறார் பேரா கருப்பண்ணன். பறவைகளில் பறக்க உதவும் உறுப்புகள் உடலில் உட்புறத்தில் அமைந்துள்ளன. முதுகெலும்புள்ள மற்றும் பிராணிகள் இடத்தைவிட

பறக்கும் நிலையில் முன்னங்கால்களில் மற்றும் பல குழப்பம் உள்ள மாற்றங்கள் தோன்றியுள்ளன. பின்னங்கால்களில் அவ்வாறு மாற்றங்கள் ஏற்படுவதில்லை மற்றும் பழக்கம் இல்லை. ஆனால், பறவைகள் சில முக்கியமாக மற்றும் சிறப்பான சந்தர்ப்பங்களினால் சிறப்படைய இரண்டாம் வகை பலமான உறுப்புகளைக் கொண்டுள்ளன. அதாவது இறக்கைகள் பறப்பதற்கும் மற்றும் கால்கள் நடக்கவும் ஓடவும் மற்றும் நீரில் நீந்தவும் உதவுகின்றன. குணாதிசயங்கள் பறவைகள் பரிணாம முறையில் பறக்கும் பரப்பும் அமைப்பைப் பெற முக்கிய காரணமாக அமைகின்றன என்கிறார்கள் பறவைகள் ஆய்வாளர்கள்.

உபாசகர் வாரியார் தம்பதிகளைக் கண்டால் நலமா குழந்தை உண்டா என்று கேட்பாராம் இல்லை என்று சொன்னால் அப்படிச் சொல்லாதே இனிமேல்தான் என்று சொல் என்பாராம். அதுபோல் வலசை போதல் பறவைகள் மனிதனுக்கு மட்டுமா? இன்னும் இருக்கிறது என மீன்களும் பூச்சிகளும் கூட வலசை போதல் என இயல்பாக இருக்கிறது..

“நாராய் நாராய் செங்கால் நாராய்/ பழம்படு பனையின் கிழங்கு பிளந்தன்ன/ பவளக் கூர்வாய் செங்கால் நாராய்/ நீயும் உன் பெடையும் தென் திசை குமரியாடி வடதிசை ஏகுவராயின்..” என்ற பாடல் போன்று தமிழ் இலக்கியங்களில் வலசை குறித்த பல பகுதிகள் உள்ளன.

உதிரிச் செய்தியாக இருந்தாலும் அதிர்ச்சியளிக்கும் செய்தியொன்று. வலசை போகாத வண்ணத்துப்பூச்சிகள் பற்றியது. கோவையில் உள்ள ஆனைகட்டி வழியாக மேற்குத் தொடர்ச்சி மலைகளுக்கு வழக்கமாக வலசை போதலில் அக்கறை கொள்ளும் பட்டாம்பூச்சிகள் சென்ற ஆண்டு (2017) அந்த வலசை போகும் காலம் கடந்தும் இடம் பெறவில்லை.

வடகிழக்கு பருவமழை பொய்த்துப்போனது, அதனால் தட்பவெப்பச் சூழலில் ஏற்பட்டிருக்கும் விபரீதங்கள், பட்டாம் பூச்சிகளுக்கான இருப்பிடம் பாதிக்கப்பட்டிருப்பது, வறட்சி போன்ற காரணங்களால் பட்டாம்பூச்சிகள் வலசை போகாமல் இருக்கலாம் என்று அறியப்பட்டிருக்கிறது.

இடம்பெயரும் பட்டாம் பூச்சிகளின் எண்ணிக்கை வருடந்தோறும் கணிசமாகக் குறைந்து வருவதும் கண்டறியப்பட்டு இருப்பது அதிர்ச்சி அளிக்கிறது.

இடம்பெயரும் மனிதர்கள் எண்ணிக்கை குறைய வாய்ப்பில்லாதபடி சாதாரண மனிதனுக்கு சமூகப் பாதுகாப்பு இல்லாமல் அநாதை, அகதி என்ற வகையில் ஆகிப் போவதை கொரானா காலம் காட்டுகிறது.

உயிரி பண்பாட்டு மையம்

மனிதன் இயற்கையுடன் சேர்ந்து இணைந்தே வாழ்க்கையை ஓட்டுகிறான். அவனுக்கான தேவைகள் இயற்கையிடம் இருக்கின்றன. மொழி, பண்பாடு பழக்க வழக்கம் எல்லாம் அவன் வாழ்கிற இயற்கை சூழலைச் சார்ந்தே வளர்கிறது.

பயோடைவர்சிட்டி உயிர்ப் பன்மயம் என்பது - பூமியில் வாழும் உயிரினங்களைப் பற்றிப் பேசுகிறது. அந்த உயிர்ப் பன்மயத்துடன் மனிதர்களின் வாழ்க்கையையும் இணைந்து இருப்பதை உயிர் பண்பாட்டு மையம் பயோ கல்சரல் டைவர்சிட்டி என்கிறார்கள்.

பின்னால் சொல்லப்பட்டதை மூன்று பகுதிகளாகப் பிரிக்கிறார்கள் அதில் பண்பாடும் மொழியும் கூட முக்கியத்துவம் பெறுகிறது.

1. பூமியில் சுமார் 100 லட்சம் வெவ்வேறு வகையான உயிரின வகைகள் இருக்கின்றனவாம் உயிரினங்களின் வேறுபாட்டை உயிரிக் கோளம் - பயோஸ்பியர் - என்கிறார்கள். உயிரிப் பன்மயம் என்பதை உயிரினங்களுக்கு இடையில் உள்ள வித்தியாசங்களைக் குறிக்கிறது. இதில் விலங்குகள், நுண்ணுயிர்கள், தாவரங்கள் அனைத்துக்கும் இடையே உள்ள வித்தியாசங்களைக் குறிப்பதாகும்.

2. ஒருவன் புழங்கும் மொழி அவன் இருக்கும் மதம், சாதி மற்றும் வாழும் சுற்றுச்சூழல் அவன் சார்ந்த இனம் போன்றவற்றின் அடிப்படையில் ஒருவர் பல பண்பாட்டுக் குழுவில் இருப்பார். பல்வேறு பண்பாடுகள் அனைத்தையும் உள்ளடக்கியது. எத்தினோஸ்பியர் - மனிதப் பண்பாட்டு கோணம் என்பதாகும். வெவ்வேறு மனிதர்களுக்கு இடையே நிலவுகின்ற வெவ்வேறு பழக்கவழக்கங்கள், வெவ்வேறு வாழ்க்கை முறை, பேச்சு வழக்கு, வெவ்வேறு உணவு முறை, வெவ்வேறு உடை, வெவ்வேறு நம்பிக்கைகள் என இவையெல்லாவற்றையும் ஒருசேரக் கொண்டது பண்பாடு. பண்பாட்டு பன்மையம் என்பது மனிதர்களுக்கு இடையில் உள்ள வெவ்வேறு வித்தியாசங்களைக் கோடிடுகிறது.

3. இந்தப் பூமி இதுவரை ஐந்து முறை பேரழிவைச் சந்தித்துத் தப்பியிருக்கிறது. கடைசியாக பேரழிவு நடந்தது. பல கோடி ஆண்டுகளுக்கு முன்பு இப்போது ஆறாவது பிரளயம்

மனிதனின் செயல்களால் நிகழலாம் என்கிறார்கள். முந்தின ஐந்து முறை பேரழிவும் இயற்கையாக நடந்தவை. இம்முறை அழிவில் உயிரினங்கள், பண்பாடும் மொழியும் இடம் பெற்றுள்ளன.

கடந்த 50 ஆண்டுகளில் உலக மொழிகளில் 20% அழிந்திருக்கிறது. பெரிய ஆதிக்க மொழிகளின் வளர்ச்சியில் சிறிய மொழிகள் அழிந்திருக்கின்றன. மொழி பண்பாட்டு அறிவு இயற்கையுடன் மனித விரிசலை ஏற்படுத்தி சுற்றுச்சூழல் அழிவதற்குக் கொண்டு செல்கிறது.

ஜல்லிக்கட்டுப் போராட்டத்தில் நாட்டு மாடுகளைக் காப்பது முக்கியக் கோரிக்கையாக இருந்தது. நாட்டு மாடுகளை இல்லாமல் ஆக்கி இறக்குமதி செய்யப்படும் மாடுகளால் கால்நடை வளத்தை நிரப்புவது சுற்றுச்சூழலில் பாதிப்பை ஏற்படுத்தும். இந்த ஒற்றைத் தன்மையை கால்நடையை விடுத்து மொழி, பண்பாடு, இனம் பழக்கவழக்கம் என்று ஒற்றைத் தன்மையைத் திணிப்பதால் உலக சமனற்ற நிலைக்குச் செல்லும்.

ஒற்றை மயமான உலகு, ஒற்றை மயமான பொருளாதாரக் கொள்கை, ஒற்றைமயமான அரசியல் போன்றவற்றின் தொடர்ச்சியாய் எல்லாம் நிகழ்கிறது. அவை இயற்கையைப் பாதிக்கிறது. ஒற்றை மைய திணிப்பு காரணமாக ஒன்றின் அழிவு மற்றவற்றின் அழிவை வேகப் படுத்துவதைச் சொல்லலாம் சுற்றுச்சூழலில் ஏற்படும் பாதிப்புகள் பண்பாடு, மொழியை பாதித்துவிடுகிறது.

செம்மரக்காடோ தேக்கு மரக் காடோ மட்டும் இருப்பது காட்டின் அடையாளத்தை முழுவதும் அழித்துவிடுவது போலத்தான் பண்பாடு, மொழி, சுற்றுச்சூழல் விஷயத்திலும் நிகழ்கிறது. எனவே பன்முகத் தன்மை எல்லா விஷயங்களிலும் தேவையாக இருக்கிறது.

கலப்பின மாடுகளை நம் நாட்டில் இறக்குமதி செய்வது ஆரம்பித்துவிட்டது அபாரமானதாகும்.. கலப்பின மாடுகளின் பால் கறக்கும் கொள்ளளவு அதிகம். பண நோக்கம் கருதி அந்த மாதிரி அந்நிய வகை கறவைப் பசுக்களை வாங்கினர் பலர். விவசாயத்தில் பலவகை இயந்திரங்கள் குறிப்பாக கதிரடிப்பு இயந்திரம், டிராக்டர் போன்றவை உழவு மாடுகளின் அவசியத்தை இரண்டாம் பட்சமாகி விட்டது. நாட்டுப் பசுமாடுகள், நாட்டுக் காளை மாடுகள் பயன்பாட்டைத் திட்டமிட்டுக் குறைத்து விட்டனர்.

கொங்கு நாட்டுப் பகுதியில் காங்கேயம் காளை, தென்னகத்தில் கழுகுமலைக் காளைகள், மயிலைக் காளை, மச்சக்காளை, கோம்பைக்

காளை என சுமார் 100 வகையான காளை இனங்கள் பாரம்பரியமாக இருக்கின்றன. ஆனால் சிந்தி, ஜெர்சி போன்ற கலப்பின மாடுகள் வந்து பாலைத் தரும் செயற்கை மாடுகளை அதிகரிக்கிற திட்டம் கால்நடை விவசாயத்தில் ஒற்றைத் தன்மையை நிர்பந்தப்படுத்துகின்றன.

இந்தியா போன்ற பன்முகக் கலாச்சாரம் கொண்ட நாட்டில் ஒற்றைத் தன்மையை நிர்பந்திப்பது சமநிலையைக் குலைப்பதை மொழி, பண்பாடு சார்ந்து செய்யப்படும் மாறுதல்கள் விளைவித்திருக்கும் சீர்குலைவை மக்களின் எதிர் விளைவுகள் மூலம் அறியமுடிகிறது.

சுற்றுச்சூழலை மாசுபடாமல் காப்பதும் உயிரின வேறுபாட்டைப் பாதுகாப்பதும் வெப்பச் சூழல் காலநிலை மாற்றத்தை கட்டுப் படுத்துதலும் உயிர் பண்பாட்டு பன்மயத்தைக் காப்பாற்ற உதவும்.

பிற்போக்குத் தனங்களை நிராகரித்து ஆரோக்கியமான உயிர் பண்பாட்டுச்சூழல் உருவாக்க வேண்டியிருப்பது காலத்தின் கட்டாயமாக உள்ளது. பூமியில் மனித உயிர்கள் இயல்பாய் வாழ அந்த நீண்ட பாதை தெரிந்து கொண்டே இருக்கிறது.

வளத்தை சுமக்கும் வளமான மனங்கள்

"எழுத்தாளனுக்கு எதுவும் வீண்தான். அவனோட குடும்பத்துக்கு பிரயோஜனப்படற மாதிரி ஏதாவது வாங்கித் தந்தால்தான் குடும்பம் சந்தோசப்படும் எழுத்தாளனும் சந்தோசப்படுவான். எனக்கு செகந்திராபாத் மோண்டா மார்கெட்லே ஒரு பை நிறைய காய்கறி வாங்கிக்குடுத்தா சந்தோசமா இருக்கும்"

போன வாரம் அசோகமித்திரன் அவர்களின் நினைவு தினம் வந்து சென்றது. அப்போது அவர் ஒரு உரையாடலில் சொன்ன குருவி என்ற கதையையும் அவரின் மேற்கண்ட பேச்சையும் நினைத்துக் கொண்டேன். அந்த உரையாடல் 90ன் ஆரம்பத்தில் அவர் செகந்திராபாத்திற்கு வந்த போது என்னுடனான உரையாடல்தான். அவர் வந்திருந்தது செகந்திராபாத்தில் தமிழ்ப் புத்தகக் கண்காட்சியில் பேச. செகந்திராபாத்தில் தமிழ்ப் புத்தகக்கண்காட்சியா என்று உங்களுக்கு ஆச்சர்யம் வரும். நான் செகந்திராபாத்தில் இருந்த போது தமிழ்ப் புத்தகக்கண்காட்சிகளை ஆண்டுதோறும் நடத்தினேன். சுஜாதா, நா.பார்த்தசாரதி, சுபா உட்பட பலரும் வந்து பேசியிருக்கிறார்கள். அதை ஆரம்பித்து வைத்தவர் விஜயா பதிப்பகம் வேலாயுதம் அவர்கள். முதல் ஆண்டு நான்கு பேருடனும் புத்தக மூட்டைகளுடனும் வந்து புத்தகக் கண்காட்சியை துவக்கினார். இரண்டாம் ஆண்டிலிருந்து நாங்களே பதிப்பகங்களிலிருந்து புத்தகங்கள் பெற்று நடத்தினோம். ஆந்திர மாநிலத் தமிழ்ப் பேரவை நண்பர்களுடன். ஒரு முறை அப்படித்தான் அ.மி. அவர்கள் வந்தபோது அவர் படித்த மெகபூப் கல்லூரியில் அந்தக் கண்காட்சியில் நடந்ததால், அக்கல்லூரியில் அவர் படித்த நினைவுகளை நெகிழ்ச்சியுடன் ரொம்ப நேரம் பேசினார். அ.மி. ரொம்ப நேரம் பேசினார் என்பது பலருக்கு ஆச்சர்யமானத் தகவலாய் இருக்கலாம். அவர் 20 ஆண்டுகளுக்கு மேலாக பால்ய காலத்தை செகந்திரா பாத்தில் கழித்தவர்.

அவருக்கு ஏதாவது வாங்கித்தரலாம் என்று கேட்டபோது அவர் சொன்னது: "எழுத்தாளனுக்கு எதுவும் வீண்தான். அவனோட குடும்பத்துக்கு பிரயோஜனப்படற மாதிரி வாங்கித் தந்தாதான் குடும்பம் சந்தோசப்படும். எழுத்தாளனும் சந்தோசப்படுவான். எனக்கு செகந்திராபாத் மோண்டா மார்கெட்லே ஒரு பை நிறைய காய்கறி வாங்கிக்குடுத்தா சந்தோசமா இருக்கும்."

ஜெயமோகனும் நானும் தயாரித்த கனவு "அசோகமித்திரன் சிறப்பிதழினை" கொண்டு வந்தோம். அந்த இதழ் பின்னால் அவரின் 77ஆம் வயதில் "அசோகமித்திரன் 77" என்ற பெயரில் இன்னும் சில கட்டுரைகளை இணைத்து அம்ருதா பதிப்பகம் மூலம் ஒரு தொகுப்பாக திருமதி திலகவதி அவர்கள் கொண்டு வந்தார்.

அசோகமித்திரன் அவரின் மரணத்தை ஒட்டி அவரைப் பற்றி நினைத்துக் கொண்டிருந்தபோது அவரின் குருவிக்கூடு என்ற சிறுகதை ஞாபகத்திற்கு வந்த சமயத்தில் சூர்யா என்ற இளைஞரின் வனக் காட்சிகளையும் பறவைகளையும் புகைப்படங்களாகக் கண்டு அவரின் "வைல்ட் லைப் ஆப் சென்ட்ரல் இந்தியா" என்ற நூலிலிருந்து பலவற்றை ரசித்தேன்.

முதலில் அசோகமித்ரனின் குருவிக்கூடு

குருவிக்கூடு ஒன்றை வீட்டில் காப்பாற்ற ஒரு சிறுவன் பல முயற்சிகளை செய்கிறான். ஆனால், அவனின் முயற்சியில் தோற்றுக் கொண்டே இருக்கின்றன. ஆனால், குருவியுடன் பேசிக்கொண்டே இருப்பான். பிற உயிர்கள் மீது மனிதர்கள் கொஞ்சம் இரக்கம் கொள்கிறார்கள். அது போலித்தனமாக இருக்கிறது. இந்த போலித்தனத்தை தங்களுக்குள்ளாகவே வைக்கலாம். இதை ஏன் பிற உயிரினங்கள் மீது செலுத்த ஆசைப்படுகிறார்கள். குருவிகள், பறவைகள் அவர்கள் இவ்வுலகில் மகிழ்ச்சியாகவும், ஆறுதலாகவும் இருக்கக்கூடும் என்பதை கொஞ்சம் கோபப் பார்வையில் சொல்லும் கதை அது.

அசோகமித்திரன் புகைப்படக்கலையில் ஆர்வம் இருந்தது. புகைப்படக்கலையில் ஆர்வம் கொண்ட இளைஞர்களில் ஒருவர் சூர்யா. இவரும் பறவைகள் புறக்கணிக்கப்படுவதை எண்ணிக் கோபப் படுபவர். படித்தவர் தனியார் தொலைக்காட்சிக்கு வனவிலங்குகளைப் படங்களாக எடுக்க ஆரம்பித்திருக்கிறார். பல்வேறு விஷயங்களைப் புகைப்படங்கள் எடுத்திருக்கிறார். நிறைய இயற்கையாளர்களிடம் பேசி தெளிவு பெற்றிருக்கிறார். அவர்கள் அவரை ஒரு கதை சொல்லியாக மாற்றிவிட்டார்கள்.

கதைசொல்லி என்றால் மனத்தில் உள்ள பறவைகள், பிராணிகள், காட்டுயிர் அம்சங்கள் இங்கு சொல்வதுதான். சத்புரா சரணாலயத்தில் அவர் வேலைக்கு சேர்ந்தது அவரின் வாழ்க்கையின் திருப்புமுனையாக அமைந்தது. வனத்தைச் சுற்றிப் பார்க்க வரும் மக்களுக்கு வனம் பற்றி கதைகளை விளையாட்டு மூலம், விவரங்களாகவும் சொல்வது அவருக்கே சுவாரஸ்யமாக இருந்தது.

இது வேலை இல்லை வாழ்க்கை என்பதை திடமாக நம்புகிறார் "தினம் தினம் வனம் புதுப்புது ரகசியங்களை சொல்லிக் கொண்டே இருக்கிறது. வனத்தை தரிசிப்பது, புரிந்துகொள்வது, உணர்வது தவம், அந்தத் தவத்தை மேற்கொண்டிருக்கிறேன்"

"பெருநகரத்தில் வளர்ந்தாலும் சிறு நகரத்தில் பிறந்து வளர்ந்தாலும் குழந்தைகளை வனத்திற்குக் கூட்டிச் செல்லுங்கள். குறைந்தது உள்ளூர் பூங்காக்களுக்குக் கூட்டிச் செல்லுங்கள் என்கிறார் சூர்யா என்ற தமிழர்.

ஓர் உயிரினத்தை படம் எடுக்கும்போது படத்தின் அளவில் அதிகபட்சம் மூன்றில் இரண்டு பங்கு மட்டுமே அதன் உருவம் உள்ளதாக பிரேம் அமைய வேண்டும். மிச்சமுள்ள பகுதி அதன் இருப்பிடத்தைக் காட்ட வேண்டும். குறிப்பிட்ட அந்த உயிருக்கும் சூழலுக்குமான உறவை அறிய இது உதவும்" என்பது சிறந்த படத்திற்கான அளவுகோல் என்பதை அவரின் இப்புத்தகத்தில் இடம் பெற்றிருக்கும் புகைப்படங்கள் மூலம் அறிந்துகொள்ளலாம்.

அட்டைப் படத்தில் இடம்பெற்றிருக்கும் இரு புலிகள் ஒன்றையொன்று சீண்டிக்கொண்டு சீறும் புகைப்படம். அப்படி ஒரு சிறந்த புகைப்படமாக அமைந்திருப்பதைப் பார்த்தபோது புலிகளை மனிதர்கள் ஏன் வேட்டையாடுகிறார்கள் என்ற கேள்விக்கான ஜேகேயின் பதிலை திரும்பத் திரும்ப மனதில் கொண்டு வரச் செய்தது. ஜே கிருஷ்ணமூர்த்தி இப்படி சொல்கிறார்:

ஒன்றைக் கொல்வதால் அவர்களுக்குக் கிடைக்கும் கிளர்ச்சியைப் பெறுவதற்காக வேட்டையாடுகிறார்கள். பூச்சியில் இறக்கையைப் பிய்த்து அதற்கு என்னவாகிறது என்று பார்க்கிறோம். நம் உணவிற்காக மிருகங்களை வதைத்துக் கொல்கிறோம். அமைதி என்று அழைக்கப்படும் அந்தப் போலித்தனத்திற்காகக் கொல்கிறோம். தாய்நாட்டிற்காகக் கொல்கிறோம். நம் கோட்பாட்டிற்காகக் கொல்கிறோம். அக் கொடூரத்தின் அம்சம் அது நமக்குள் இருக்கிறது. அவ்வாறு இருப்பதைப் புரிந்து கொண்டு அவ்வுணர்வைத் தள்ளி வைத்து விட்டால் புலி நடமாட்டத்தை மிகவும் ரசித்து மகிழ்ச்சியுடன் பார்ப்போம். இப்படித்தான் பம்பாய் அருகிலிருந்த ஒரு இடத்தில் ஒரு நாள் மாலை புலியை மிகவும் ரசித்துப் பார்த்தோம். அப்பகுதியில் புலி நடமாட்டம் இருப்பதைப் பார்த்தகாக ஒருவர் சொல்லவே, நண்பர் அருகிலிருந்த காட்டுப்பகுதியில் எங்களை காரில் அழைத்துச் சென்றார். திரும்பியபோது ஒரு வளைவில் மஞ்சளும் கருப்புமான உடலில் கோடுகளுடன் பளபளக்கும் தோலுடன், ஒடிசலான உடல்வாகுடன் அழகானதோர் காட்சியாய் ஒரு புலி நின்று கொண்டிருந்தது. காரின் முகப்பை

அணைத்துவிட்ட பின் புலி உருமிக்கொண்டே எங்களை நோக்கி வந்தது. புலி உரசியது. அது ஒரு அற்புதமான காட்சி. துப்பாக்கியை எடுத்துக் கொண்டு செல்லாமல் இம்மாதிரியான காட்சியைக் காண்பது மிகவும் மகிழ்ச்சி தருவதாக இருக்கும். இதில் சிறப்புமிக்க அழகு உள்ளது.

இந்த அனுபவத்தை சூர்யாவும் உணர்ந்திருப்பதைப் போல் இந்த புகைப்படங்களில் நேர்த்தியும் அழகும் ஒரு புகைப்படக் கருவி ஒரு மனத்தையே சுமந்து இருப்பது போல் தோன்ற வைக்கிறது.

"புலிக்கலைஞன்" என்பது அசோகமித்திரன் அவர்களின் சிறந்த கதைகளில் ஒன்று என்பதும் எல்லோருக்கும் ஞாபகம் வரும்.

நீர்க் கழிவும், புற்றுநோயும்

கொங்கு மண்டலத்தில் புற்றுநோய் சிகிச்சைக்கான சிறப்பு மருத்துவமனைகள் நிரம்ப உள்ளன. தமிழகத்தில் புற்றுநோயின் தலைநகரமாக கொங்கு மண்டலம் விளங்கி வருகிறது. சென்னையிலோ அமெரிக்காவில் கேட்டால் கூட கொங்கு மண்டலத்தில் மண்ணைச் சார்ந்த புற்றுநோய் சார்ந்த சிறப்பு மருத்துவர்கள் மூவர் பெயரை யாரும் சொல்லி விடுகிறார்கள்.

திருப்பூரில் சாயப்பட்டறை கழிவுகள் நொய்யலிலிருந்து காவேரியில் கலப்பது சாதாரணமாகிவிட்டது. ஆசியாவின் மிகப்பெரிய சிப்காட் தொழிற்சாலை வளாகம் 2,000 ஏக்கரில் 3000-க்கும் மேற்பட்ட தோல், சாய, சலவை, டயர் தொழிற்சாலைகளை உண்டாக்கியிருக்கிறது. (பெருந்துறை)திருப்பூரில் கூட பின்னலாடை சார்ந்த சாயப்பட்டறைகள் அதைவிட பல மடங்கு பலம் உள்ள தொழிற்சாலைகளை அமைத்து உள்ளன.

சாயம், தோல் கழிவுகளை போர்வெல்கள் அமைத்து பூமிக்குள் நேரடியாக விடும் அவலம் புற்றுநோயின் கரத்தை பலமாக்கியுள்ளது. (வறட்சி, மழையின்மை காரணமாக போர்வெல் போடுவது தடை செய்யப்பட்டிருந்தாலும் கள்ளத்தனமாய் போடுகின்றனர்) திருப்பூரில் ஆயிரம் சாயப்பட்டறைகள் மூடப்பட்ட இடரின் போது சிரமப் பட்டவர்கள் வெவ்வேறு ஊர்களுக்குச் சென்று மறைமுகமாக தொழில் செய்யும் நோக்கத்துடன் இப்படி போர்வெல்லுக்குள் கழிவுகளை விடத் தொடங்கியது இன்று விஸ்வரூபமெடுத்து இருக்கிறது. இதற்கான எதிர்ப்புகள் அவ்வப்போது கிளம்பி மடிவதுண்டு. காவிரி ஆறு சாயக்கழிவுகளால் மாசுபடும் பேரவலம் தொடர்ந்து நடக்கிறது.

காவிரி டெல்டாவில் கச்சா எண்ணெய் எடுக்கப்பட்டு உள்நாட்டில் பயன்படுத்தப்படுகிறது. அங்கு கச்சா எண்ணெய் எடுத்தல், எரிவாயு கச்சா எண்ணெய் கொண்டு செல்லும் குழாய்களில் ஏற்படும் கசிவுகள் வளமாக நிலங்களை செல் கெடுத்துவிட்டது.

இப்படி நைஜீரியாவின் டெல்டா பகுதியை காவிரி டெல்டா பகுதியோடு பலர் ஒப்பிட ஆரம்பித்துவிட்டனர். அங்கு இங்கிலாந்தின் செல் கம்பெனி பெட்ரோலிய வளத்தைத் தொடர்ந்து பயன்படுத்தியதால் சுற்றுச்சூழல் பாதிப்பு, கடந்த 50 ஆண்டுகளுக்கும் மேலாக தொடர்ந்து

கொண்டிருக்கிறது. பூமியின் எண்ணெய் வளச் சுரண்டல், ஊதாரித்தனம் போன்றவற்றின் மூலம் உயிராற்றலின் சாரத்தை இழந்து வருவதன் அடையாளம் நைஜீரியா.

இதே நிலை காவிரி டெல்டாவில் தொடர்கிறது. ஈரோட்டின் நீர்நிலைகளில் 15000 டிடிஎஸ் என்ற அளவில் உப்புத் தன்மை உள்ளது. கால்சியம், காரியம் போரேட் ஈத்தேன் என்டோசல்பான் சல்பேட் என்பது போன்ற வேதிப்பொருட்கள் முப்பது முதல் நூறு மடங்கு வரை அதிகம் இருப்பது புற்றுநோயை சுலபமாக உருவாக்குகிறது.

கழிவு நீரை முழுமையாகவும் முறையாகவும் சுத்திகரிக்காமல் இருப்பது சிரமம் தருகிறது. கழிவுநீரை சுத்திகரித்து நன்னீராக மாற்ற சிறப்பு தொழில் நுட்பங்கள் பயன்படுத்தப்படுவதில்லை. மண், காற்று, நீர் ஆகியவை சுலபமாக மாசடைந்துள்ளன. போர்வெல் மூலம் சாயக் கழிவுநீரை பூமிக்குள் விடுவதால் கிணற்று நீரில் கலந்து விடுகின்றன. நிலத்தடி நீர்மட்டம் முற்றிலும் மாசுபட்டுள்ளது. தண்ணீரில் கரைந்துள்ள உப்பின் கணக்கை செயலிடும் கருவியை செயலிழந்து போகுமளவு உப்பின் தன்மை மிக அதிகமாக உள்ளது. இவை வகையான புற்றுநோய்களை உருவாக்கிக் கொண்டிருக்கின்றன. மார்பக புற்றுநோய், வயிறு, உணவுக்குழாய் புற்றுநோய்கள் பெருகுகின்றன. நோயாளிகளின் எண்ணிக்கையும் மிக அதிகம்.

இயற்கைக்கும் மனிதனுக்கும் இடையே முரண்பாடுகள் அதிகரித்து இயற்கையை சுரண்டியும் தவறாகப் பயன்படுத்தி இழப்பு ஏற்பட்டு வருகிறது. வளங்களை கார்ப்பரேட்டுகள் தொடர்ந்து சுரண்ட அனுமதித்து இயற்கையின் மீதான சார்பு எல்லையை அழித்துவிட்டது. உலக கார்ப்பரேட்டுகள் உலக மைய அரசுகள் போட்டி போட்டு பூமியை, இயற்கை வளத்தை சுரண்டி புற்றுநோயை இலவசமாகப் பரப்புகின்றன.

கடவுளிடம் "நீ அங்கேயே இருந்து கொள் எங்கள் பிரச்சனைகளை நாங்கள் பார்த்துக் கொள்கிறோம்" என்ற புதுமைப்பித்தனின் கருத்துச் சிந்தனையின் வடிவம்போல் பல போராட்டங்களை மக்களிடம் கிளப்பி இருக்கிறது.

ஜல்லிக்கட்டு, நெடுவாசல் ஹைட்ரோ கார்பன் எதிர்ப்புகள் இதன் அடையாளமாகும்.

காற்று, கடல் அலைகள், சூரிய வெப்பம் தரும் எரிபொருள் சக்தி எதிர்கால இந்தியாவிற்கு நம்பிக்கை தரும் மேற்கத்திய நாடுகளின் சூரிய வெப்பம் மின்சாரம், இந்திய எரிபொருள் தேவையை மாற்று எரிபொருள் வளங்கள் மூலம் நிறைவேற்ற முன்னோடியாக இருக்கிறது.

மண், வெப்பம், காற்று, நீர், விதைகூட, இயற்கையின் மீது நடத்தும் ஆக்கிரமிப்புகளைக் கண்ட சிந்தனையாளர்கள் இருக்கிறார்கள். இயற்கையுடனான மனிதனின் போராட்டத்தில் தான் வென்றதாக மனிதன் நினைத்துக்கொண்டு புற்றுநோய் களங்களை நோக்கி துரிதமாகப் பயணப்பட்டுக் கொண்டிருக்கிறான்.

புதிய கிரகம் காட்டும் இன்டர்ஸ்டெல்லர்

உலகம் சூடாகிக் கொண்டிருப்பது பருவநிலை மாற்றங்களால் வசிக்க இயலாத இடம் ஆகிக்கொண்டு இருக்கிறது. மனிதன் வாழத் தகுதியான வேறு கிரகத்தைக் கண்டுபிடிக்கும் முயற்சி அவ்வப்போது கணக்கில் எடுத்துக் கொள்ளப்படுகிறது.

சுற்றுச்சூழல் கேடால் சாயம், தோல் பதனிடுதல், அணுசக்தி வீச்சு விவரங்களை மனதில் கொண்டு ஊட்டி, கொடைக்கானல், கேரளா என்று பணக்காரர்கள் வீடுகள் தோட்டங்கள் வாங்கிப் போட்டு தப்பித்துக் கொள்வது போலத்தான் இந்தப் பூமி வாழத் தகுதியில்லாததாக இருக்கிறது என்கிற போது வேறு கிரகத்தைத் தேடிப் போவதும்.

ஜோசப் காப்பர் நாசாவில் வேலை செய்தவர். அவரின் படுக்கை யறையில் பல அசாதாரண மாற்றங்களைச் செய்து கொள்வது அதிர்ச்சி தருகிறது. ஒரு கிரகத்திற்கும் இன்னொரு கிரகத்திற்கும் மனிதன் வாழ இடம் தேடும் முயற்சியில் ஒருவகையில் வெற்றி பெறுகிறார் .அதில் 12 பேர் பயணம் செய்து அதை அங்கீகரிக்கிறார்கள். புது கிரகத்தில் ஒரு மணிநேரம் என்பது பூமியின் ஏழு ஆண்டுகள் இந்த ஆராய்ச்சியில் 23 ஆண்டுகள் பூமியில் கடந்து போய்விடுகிறது. பலருக்கு வயதாகி ஆர்வம் இல்லாமல் போகிறது. வார்ட் ஹோல், பிளாக் கோள், ஐந்தாம் பரிமாணம் விண்வெளி நேரம் போன்ற இயற்பியல் கோட்பாடுகள் தரும் முரண்கள் காரணமாக வேக மயக்கம் தவிர்க்க முடியாதது ஆகிறது. இந்த வேறுபாட்டைக் கடந்து புது கிரகம் உருவாகிறது.

இதில் விண்வெளி கலங்கள் பழுதாகி சிரமம் தருவது இன்னொரு வகைப் படமாக விரிந்திருக்கிறது.

இருபத்தொன்றாம் நூற்றாண்டின் இறுதியில் மனிதர் வாழும் பூமியை லாயக்கற்றதாக்க பல பயிர்கள், மனிதர்களின் தொந்தரவான நடவடிக்கைகள் அமைந்திருக்கின்றன இது தொடர்ந்து கொண்டுதான் இருக்கிறது.

இந்த சமயத்தில் கிராவிட்டி என்ற படமும் ஞாபகம் வருகிறது. சர்வதேச விண்வெளி நிலையத்தில் தங்கி இருந்து ஆராய்ச்சிப் பணிகளை மேற்கொள்ளும் விண்வெளி வீரர்கள் எதிர்பாராதவிதமாக

விண்வெளிக் கழிவுகள் ஏற்படுத்திய விபத்தினால் அவர்களின் விண்வெளி ஓடம் பழுதடைந்து விடுகிறது. இதன் காரணமாய் சர்வதேச விண்வெளி நிலையம் மற்றும் அருகில் நூறு கிலோமீட்டர்கள் தொலைவில் உள்ள சீனாவின் சர்வதேச விண்வெளி நிலையம் ஆகியவை பழுதடைந்து விடுகின்றன. சாண்ட்ரா புல்லட் என்பவர் தவிர மற்ற அனைவரும் இறந்து விடுகின்றனர். சார்க் க்லூனி என்ற பெண்மணி உலகைக் காப்பாற்றும் பொருட்டு தன்னை விடுவித்துக்கொண்டு விண்வெளியில் பின் தொடர்பின்றி செல்கிறார். இறுதியில் சாண்ட்ரா புல்லட் தற்கொலை முயற்சிக்கு முயன்று பின்னர் கடின போராட்டத்திற்குப் பிறகு பூமிக்குத் திரும்புகிறார். வாழ்க்கையைக் காப்பாற்றிக் கொள்ள பூமிக்கு தான் வரவேண்டி இருக்கிறது அவர்களுக்கு.

பூமி பாதுகாப்பான இடம் தான்; இதைக் காப்பாற்றிக்கொள்ள ஏதாவது செய்தாக வேண்டும் இது சுற்றுச்சூழல் பாதுகாப்பில் அக்கறை கொள்ள வைக்கும்.

பரவும் தீ

சமீபத்தில் பக்கத்து வீட்டிலிருக்கும் ஒரு சிறுவன் ராமுன்னி தீக்காயத்தால் பாதிக்கப்பட்ட போதுதான் எனக்கு அறிமுகமானான். அவனின் அலறல் சப்தம் என்னை அவனைப் பற்றி விசாரிக்கச் செய்தது. கேரளாவிலிருந்து இடம்பெயர்ந்த சிறுவன் அவன். குழந்தைத் தொழிலாளிதான் 14 வயது.

அதையொட்டி அந்தப் பனியன் தொழிற்சாலை (வீட்டில் இருக்கும் நாலு நாலு பேர் மட்டுமே அந்தத் தொழிற்சாலையில் வேலை ஆட்கள், முதலாளி என) யில் ஒரு தீத்தடுப்பு முயற்சிக்காக நண்பர் பேசிக் கொண்டிருந்த போது இன்னொரு நண்பர் சிரித்தார். "நாலு பேர் இருக்கிற கம்பெனிக்கு சிறப்பு பயர் சர்வீஸ் வேணுங்களா."

டாக்காவில் நடந்த ஒரு தீ விபத்து ஞாபகம் வந்தது. அது திருப்புமுனை தீவிபத்து. திருப்பூர் பின்னலாடை ஏற்றுமதியில் ஆண்டுக்கு ஒரு லட்சம் கோடி ரூபாய் இலக்கை நோக்கி சென்று கொண்டிருக்கிறது. அந்த இலக்கு 2020இல் சாத்தியமாகும் என்று ஆண்டுகளுக்கு முன் சொல்லப்பட்டது. ஆனால், தற்போது அடைந்துள்ள சில பின்னடைவுகளால் அது இன்னும் சில ஆண்டுகளுக்குத் தள்ளிப் போய் உள்ளது. திருப்பூர் நிச்சயம் அதை எட்டும்.

சமீப ஆண்டுகளில் பின்னலாடை உற்பத்தியில் திருப்பூருக்கு சவாலாக இருந்து வரும் நாடு வங்கதேசம். திருப்பூருக்கு போட்டியாக கடந்த 15 ஆண்டுகளுக்கும் மேலாக சவாலாக இருந்திருக்கிறது வங்கதேசம். இந்த ஆண்டில் சில பின்னடைவைச் சந்தித்து இருக்கிறது அதற்குக் காரணம் வங்கதேசத்தின் அதிவிரைவு முன்னேற்றம் அதிகப் பெண்களின் உழைப்பிலான பின்னலாடை ஏற்றுமதியில் என்பதால் உலக நாடுகளின் கவனத்திற்கு அந்த நாடு சென்றது. ஆனால் உலக நாடுகள் நியாய வணிகம், கார்ப்பரேட் சமூக பொறுப்புணர்வு போன்றவற்றை கருத்தில் கொண்டு பல கேள்விகளை எழுப்புகிறது. சமீபத்தில் நடந்த சில பின்னலாடை தொழில் விபத்துகள் அவர்களின் கவனத்திற்கு சென்றது. ஐந்து ஆண்டுகளுக்கு முன்னால் வங்கதேசத்தில் ஐந்து பின்னலாடை தொழிலகங்களைக் கொண்ட ராணா பிளாசா கட்டிடம் விபத்தில் இடிந்து போனது. 1500க்கும் மேற்பட்டோர் பலியாகினர். அதே ஆண்டில் டாக்காவில் நடந்த மற்றொரு சம்பவத்தில் ஆடைத் தொழிலில் பணிபுரிந்த நூற்றுக்கும் மேற்பட்ட ஊழியர்கள்

தீ விபத்தில் சிக்கி இறந்து போனார்கள். இந்த இரண்டு விபத்துகளுக்குப் பின்னால் அங்குள்ள தொழிலாளர் நிலை குறித்து உலக நாடுகள் தங்கள் கவனத்தை எடுத்துக் கொண்டன. தொழிலாளர் நலன் பாதுகாப்பு, தொழில் பாதுகாப்பு, பின்னலாடை தொழில் துறை இடப்பாதுகாப்பு தொழில் இடம், தொழிலாளர்கள் வாழ இணக்கமானச் சூழல், தொழிலாளர் உரிமைகள் மற்றும் அமைப்பு ரீதியான மாற்றங்களுக்கு தயாராக வங்க தேசம் இல்லை. தொழில், தொழிலாளர் பாதுகாப்புத் தன்மை ஆகியவற்றில் வங்கதேசம் பின்னடைந்து இருப்பதை உலக நாடுகள் கண்டறிந்தனர். அந்த வகையில் ஆடை ஏற்றுமதியில் வங்கதேசத்தில் பின்னடைவு ஏற்பட்டது வங்கதேசம் ஆடை தொழில்துறை 84 சதவீத பங்கு வகிக்கிறது. ஆனால் உள்நாட்டு மொத்த உற்பத்தி என்பதில் (ஜிடிபி) அதன் பங்களிப்பு குறைந்திருப்பது ஆரோக்கியமான நிலையல்ல என்றும் கருதப்படுகிறது. காரணம் அங்கு உள்ள தொழிலாளர்கள் குறித்தத் தீவிரமான முறையிலான அக்கறையின்மை, நதிகளின் சீரழிவு, சாயப்பட்டறைகளின் நிலத்தடி நீர் மாசு போன்றவை புதிய முதலீடு போடுவதற்கு உலகநாடுகள் தயங்கும்படி செய்தன. மற்றும் சர்வதேச நிறுவனங்களால் பின்னல் ஆடை சார்ந்த விலை குறைக்கப்பட்டதால் ஏற்றுமதி வருவாயில் அங்கு குறைவு ஏற்பட்டு இருக்கிறது. தீவிபத்துகள் மற்றும் கட்டடப் பாதுகாப்பு போன்ற பாதுகாப்பு அளவுகோல்கள் அவ்வளவு தீவிரமாக இல்லை என்றும் சொல்லப்படுகிறது. நெருக்கடிமிக்க துறைமுகம், அது சார்ந்த தொழில் கட்டமைப்பு வசதி குறைபாடுகள் அங்கே நிறைய இருக்கின்றன. ஆகவே ஏற்றுமதி செய்யப்படும் பின்னலாடை கொண்டு சேர்க்கிற விதத்தில் பல வகை பின்னடைவுகளும் உள்ளன. தொழிலாளர்கள் திறன்மேம்பாட்டு பயிற்சி மைய செயல்பாடுகள் இல்லாமல் அந்நிய முதலீட்டை தீவிரமாகக் குறைத்திருக்கிறது.

கடந்த 15 ஆண்டுகளுக்கும் மேலாக வங்கதேசம் ஏதோ ஒரு வகையில் திருப்பூருக்கு போட்டியாக இருந்தது. ஆனால், சமீப ஆண்டுகளில் திருப்பூரில் உள்ள தொழில் பாதுகாப்பு அம்சங்கள், கட்டமைப்பு வசதிகள் போன்றவை ஒப்பிடுகையில் அப்படி வங்கதேசத்தில் இல்லாததால் சரிவு ஏற்பட்டிருக்கிறது. இந்த சரிவை வரும் ஆண்டுகளில் திருப்பூர் பயன்படுத்திக்கொள்ளும் என்றும் எதிர்பார்க்கப்படுகிறது.

ராமுண்ணி போன்ற இடம்பெயர்ந்த, குழந்தைத் தொழிலாளிகளின் உழைப்பில் தான் இந்த எதிர்பார்ப்பு உள்ளது.

டாக்காவிற்கு சில ஆண்டுகள் முன் சென்றிருந்தேன். அங்கு தொழிற்பேட்டை என்று தனியே ஏதுமில்லாமல், பத்து மாடி, 15 மாடி

என்று உள்ள கட்டிடங்களில் சர்வ சாதாரணமாக பனியன் கம்பெனிகள் உள்ளன. இந்தியாவின் உற்பத்தியில் 90% என்பதால் இந்த டாக்கா தீ விபத்து பற்றி சரியாக கவனத்தில் கொள்ள வேண்டியது தான். அது போல் எந்த தொழிற்சாலையாக இருந்தாலும் என்று பக்கத்து வீட்டுக்காரர்களிடம் சொன்னேன்.

தமிழ்நாடு பல தொழிற்சாலைகளில் முன்னேறுகிறது. ஆனால், பாதுகாப்பு அம்சத்தை சாதாரணமாகவே எடுத்துக் கொள்கிறார்கள்.

ரானா பிளாசில் பனியன் தொழிற்சாலைகள் வங்கிகள் வியாபாரக் கடைகள் இருந்திருக்கின்றன. லேசாக ஏற்பட்ட விரிசல் மாடிகளுக்கு சட்டெனப் பரவிவிட்டது. இடிய ஆரம்பித்தது. நாலு மாடிக்கு மட்டும் அரசு அங்கீகாரம் உள்ளது. இன்னும் 5 மாடி கட்டிடம் அனுமதி யில்லாமல் அதன்மேல் கட்டப்பட்டு இருந்தது. அதில் ஐந்து பனியன் கம்பெனிகள் முக்கியமானவை. அவைகள் வால்மார்ட், பெனிட்டன் உட்பட பல முக்கிய பிராண்டுகள் தரும் ஆர்டர்களை உற்பத்தி செய்பவை.

டாக்காவில் 2006இல் ஸ்வட்டர் தொழிற்சாலையில் ஓர் முக்கிய விபத்து நடந்தது. பிறகு 2013இல் மிகப்பெரிய விபத்து கூட. கட்டிடம் இடிந்து மாண்டனர்.

பெரிய பிராண்டுகள் தங்களுக்கு தேவையான பொருட்களை வாங்குகின்றனர். தயாரிப்பு சங்கிலியில் அக்கறை கொள்வதில்லை. உள்ளூர்க்காரர்கள் அவர்கள் விரும்பும் பொருட்களை உற்பத்தி செய்ய, பிராண்டுகள் அவர்களின் லேபிள்களை வைத்து வெளியிடுகின்றன 52 விபரங்களுக்கு 52 பேஷன் ஷோ, 52 வகை வடிவமைப்பு ஆடைகளில் அக்கறை செலுத்துபவர்கள் குறுகிய காலத்தில் தங்களின் உற்பத்தியை நிறைவு செய்யும் தொழிற்சாலைகளையே விரும்புகின்றனர்

பிராண்டுகள் பொருட்களின் உற்பத்தியின் இறுதிக் கட்டத்தில் அக்கறை கொள்வது, பணம் சம்பாதிப்பது என்றில்லாமல் அதன் தொடர் நிகழ்வுகளிலும் பங்கேற்க வேண்டும் என்பது இன்றைய நியாய வணிகக் கொள்கையில் பெரும்பாலும் வலியுறுத்தப்படுவது.

இது பற்றி சில விசயங்களை இங்கு முன் வைக்கிறேன்.

தொழிற்சாலை சூழல் சரியாக இல்லாத போது வேலை செய்ய மறுக்கும் உரிமையும், சுதந்திரமும் சில மேற்கத்தைய நாடுகளில் உள்ளன, இந்தியாவில் இது சாத்தியமில்லாமல் இருக்கிறது.

அரசும் அவசரப் போக்கு கொண்ட தொழிற்சங்கங்களும் தொழிலாளர்களின் முன்னேற்றத்தில் இடஞ்சல்களாக உள்ளன. பத்து

மாடிக் கட்டிடங்கள் கட்ட அனுமதி வாங்கிக்கொண்டு 20 மாடிகள் கட்டுபவர்களின் தொழிலாளர் எதிர்ப்புக் கட்டமைப்பை முதலாளிகள் சாதாரணமாகவே உருவாக்குகிறார்கள்.

தொழிற்சங்கங்கள் தன்னார்வ குழுவினர்கள் சாதக பாதகங்கள் தொழிற் கொள்கை உருவாக்கப்படும் போது கவனத்தில் கொள்ளப்பட வேண்டும்.

பிராண்டுகள் சூழல்அறம், தொழில் அறம் சார்ந்தவற்றில் அக்கறை கொள்ள வேண்டும்.

தொழிலாளர் நலனை முன்னிட்டு அரசின் கொள்கைகள் அமைக்கப்பட வேண்டும்.

அரசு ஊழியர்கள் அதை அமல்படுத்துவதில் சமரசமற்ற, ஊழலற்றப் போக்கைக் கடைபிடிக்க வேண்டும்.

குறைகளைக் களையும் வகையில் குழுக்களின் நிர்வாக செயல்பாடுகள் அமைய வேண்டும்.

பாதுகாப்பு நடவடிக்கைகள் (விபத்து உடல் நலம் காப்பில்) முறையாக நிறைவேற்றப்பட வேண்டும்.

ஜனநாயகரீதியாக கண்காணிப்புக்குழு நடவடிக்கைகள் வெளிப் படையாக இருக்க வேண்டும்.

புரோக்கர்கள் அரசியல்வாதிகள் சாதி அக்கறை கொண்டவர்களை இந்த நடவடிக்கைகளில் ஈடுபடுத்துவது நல்லதல்ல.

தொழில்துறை சார்ந்த தன்னார்வக் குழுக்களின் நடவடிக்கைகளால் பிராண்டுகள் வேறு நாட்டு வியாபார முயற்சிகளுக்குச் சென்று விட்டார்கள் என்ற கிசுகிசு ஒழிப்பில் முறையான நடவடிக்கை தேவை.

ஒரு இடத்தில் தண்ணீர் பானை வைத்தால் போதாதா. தொழிற்சாலையின் 10 இடங்களில் வைக்க வேண்டுமா என்பது முதற்கொண்டு மேம்பாட்டு நடவடிக்கைகள், அதிக செலவை வரவழைக்கும் என்பதை நினைத்து நடவடிக்கைகளைக் கைவிடுவது தொழில் முயற்சிக்கு முட்டுக்கட்டை ஆகும்.

பதினேழு வயதுத் தொழிலாளியோ, 120 நாள் வேலை மட்டும் என்று சமரசப் பேச்சுக்கு, அவசரப்போக்கு தேவையில்லை.

அரசும் தொழிற் சங்கங்களும் மற்றும் அவற்றின் பங்களிப்பு, தலையீடு இல்லாத தொழில் உலகம் பற்றிய கனவும் எதார்த்த நடவடிக்கைகளும் பலருக்கு இருப்பது ஆச்சரியமே.

அவசரநிலை நடவடிக்கைகள் என்பதை தற்காலிகமானவை. நிரந்தர தீர்வு தொழில் மற்றும் தொழிலாளர்கள் பாதுகாப்பு என்பதே மிகவும் முக்கியம்

தீபிடிக்கும் விபத்து ஒரு மாதிரிதான். பின்னலாடையில் 250 பிராண்டுகள் முன்னிலையில் இருப்பவை அவற்றில் 100 பிராண்டுகள் சூழல்-அறம், வியாபார அறம் சார்ந்த கொள்கைகளில் ஈடுபடுமானால் தொழிலாளர்களின் சமூகப் பாதுகாப்பு முறையாகவே உருவாகிவிடும்

ஒட்டுமொத்த தொழிலாளர்கள் சமூகம் மீள வழி கிடைக்கும் ராமுண்ணிகளின் கதறல் கேட்காது.

எனக்குக் கேட்கல... உங்களுக்குக் கேக்குதா

கொரானா காலத்தில் மதுவகைகளும் இரண்டு, மூன்று மடங்கு அதிகவிலையில் சுலபமாகக் கிடைக்கின்றன, அதிக விலை கொடுக்க முடியாதவர்கள் ஷேவ் லோசன், கள்ளச்சாராயம் என்று குடித்துச் சாகிறார்கள். சில குடிகார நண்பர்கள் அதிக விலை கொடுத்து வாங்க முடியாத கஷ்ட காலத்தில் தூக்க மாத்திரை விலை குறைவு என்று ஒன்றைப்போட்டு நித்திரை தேவியை சுலபமாக அணைத்துத் தூங்கப் பழகிக்கொண்டிருக்கிறார்கள்.

லோகேஸ்வரி இறந்த போது அவளின் அப்பாவுக்கு பலநாட்கள் கவலையை மறக்க யாராவது சிறு சிறு அனுதாபத்தொகையைக் கொடுத்து மதுபானம் உபயோகப்படுத்தச் செய்து லோகேஸ்வரியின் சாவை மறக்கடிக்கச் செய்தார்கள்.

நல்லவேளை லோகேஸ்வரி கொரானாவுக்கு முன்னால் இறந்து விட்டாள். எவ்வளவோ சங்கடங்கள் மிச்சம் என்றார். சங்கமேஸ்வரி அவளுடன் பஞ்சாலையில் வேலை செய்தவள்.

லோகேஸ்வரிக்கு நிகழ்ந்த அந்தப் பஞ்சாலை தொழிற்சாலை விபத்திற்குப் பின் அவளை பீகாருக்குத் திருப்பி அனுப்புவதா, இல்லை உடல் நலம் சரியாகும்வரை பார்ப்பதா என்று அவளுடன் இருந்த மூன்று பீகாரி இளம் பெண்களுக்குப் பிரச்சினையாக இருந்தது. இடது கையில் மூன்று விரல்களை அவள் இழந்திருந்தாள்.

பீகாரின் ப்ரூனி பகுதியில் ஒரு கிராமத்தைச் சார்ந்தவள் லோகேஸ்வரி. ரப்தி சாகர் எக்ஸ்பிரசில் ஊரிலிருந்து புறப்பட்டு *3350 கி.மீ.* கடந்து 54 தொடர் வண்டி நிலையங்களைக் கடந்து நான்கு இளம் பீகாரி பெண்களுடனும் வயதானப் பெற்றோருடனும் திருப்பூர் வந்து சேர 12 மணி நேரம் தாமதம். பீகாரில் கிளம்பி உ.பி, ம.பி, மகாராஷ்டிரா, தெலுங்கானா, ஆந்திரா, சென்னையைக் கடந்து வந்து சேர்ந்திருந்தாள்... அரை நாள் ஓய்வு எடுத்துக் கொண்டு ஒரு புரோக்கர் மூலம் அடுத்த நாளே ஒரு பஞ்சாலையில் வேலையில் சேர்ந்து கொண்டாள்.

ஓய்வில்லாத பயணம் உடம்பு அலுப்பு. தடுமாற்றத்தில் ஸ்பின்னிங் இயந்திரம் ஒன்றில் கை மாட்டிக் கொள்ள மூன்று விரல்கள் துண்டிப் பாகின. சரியான சிகிச்சை இல்லாததால் ஒரு மாதம் கழித்து இறந்து விட்டாள்.

மறுபடியும் இரண்டாவது பத்தியை மறுபடியும் சொல்ல வேண்டியிருக்கிறது.

லோகேஸ்வரிக்கு நிகழ்ந்த அந்தப் பஞ்சாலை தொழிற்சாலை விபத்திற்குப் பின் அவளை பீகாருக்குத் திருப்பி அனுப்புவதா, இல்லை உடல்நலம் சரியாகும்வரை பார்ப்பதா என்று அவளுடன் இருந்த மூன்று பீகாரி இளம் பெண்களுக்குப் பிரச்சினையாக இருந்தது. இடது கையில் மூன்று விரல்களை அவள் இழந்திருந்தாள். சரியான சிகிச்சை இல்லாததால் ஒரு மாதம் கழித்து இறந்து விட்டாள்.

கொரானாவுக்கு முன் ஒரு நாள் என் வீட்டுத் தெரு முனையில் இருந்து வந்த அழுகை குரல் சாவுக்கானது என்று தெரிந்து கொள்ளவே எனக்கு ரொம்ப நேரம் பிடித்தது. அந்த வீட்டில் பதின்பருவம் இளம்பெண் ஒருத்தி மரணம் அடைந்து இருந்தாள். அவள்தான் லோகேஸ்வரி ஒரு பஞ்சாலையில் வேலை செய்து வந்தாள். மரணம் அடைந்த போதுதான் அவள் எனக்கு அறிமுகமானாள் என்பது வருத்தம் கொள்ளச் செய்தது.

அவள் சாவின் பொருட்டு ஏதாவது இழப்பீடு கிடைக்குமா என்று அவளின் பெற்றோர் இருதரப்பினரிடம் அணுகினர்.

1. அவள் வேலை செய்துவந்த பஞ்சாலை
2. அரசு

எதிர்வினைகள்

1. நிர்வாகம் அடியோடு அப்படியொரு ஆளைத் தங்களுக்கு தெரியாது என்றார்கள். வேலைக்கான எந்த அடையாள அட்டையும் மூன்று ஆண்டுகள் வேலை செய்து வந்த கூட இருந்த பிற பெண்களுக்குக் கூட வழங்கப்படவில்லை.
2. தாலுக்கா அலுவலகம் சென்றபோது கிராம நிர்வாக அதிகாரியிடம் இருந்து ஆரம்பியுங்கள் என்றார்கள். கிராம அதிகாரி, வருவாய்த்துறை அதிகாரி, தாசில்தார், மாவட்ட ஆட்சியர் என்று வரிசைக்கிரமமாக வரவேண்டும் என்றார்கள்.

அலைந்து சலித்த அப்பெண்ணின் தந்தை பலரிடமும் ஒரு கதை சொல்ல ஆரம்பித்தார். நீண்ட பயணத்திற்குப் பிறகு பல யாத்ரிகர்கள் ஒரு கிராமத்தை அடைந்தனர். அவர்களிடம் இருந்த உணவைப் பகிர்ந்து கொள்ள அவர்களுக்கு விருப்பமில்லை. அடுப்பு பற்றவைத்து பாத்திரத்தில் நீர் ஊற்றி ஒரு கல்லைப் போட்டு நெருப்பை எரிய விட்டனர் உணவு என்று கேட்க கல் சூப் செய்வதாக கிராமத்தினர் என்ன சொன்னார்கள். ஒரு கிராமத்துக்காரர் கொஞ்சம் காரட்டுகள் தந்தார், இன்னொருவர் கொத்தமல்லி உப்பு தந்தார். சிலர் வேறு சில

பொருட்கள் தர தயார் ஆனது சூப். கல்லை வெளியே எடுத்துப் போட்டு விட்டு சூப் குடிக்கத் தயாரானார்கள். "இவனுகெல்லா அந்த மாதிரிதா... அந்த யாத்ரீகர்கள் மாதிரிதா"

இந்தக் கதைக்குப் பின்னால் லோகேஸ்வரியின் பணி சூழல் பற்றி கொஞ்சம் ஆராய்ந்தேன்.

கொஞ்சம் "இல்லை"கள்

தொழிற்சாலைகளில் பணி ஆணை இல்லை. வேலைக்கான கொள்கைகள் இல்லை. அடையாள அட்டை இல்லை. உடல்நலம் உள் தொழிற்சாலை வசதிகள் இல்லை. (தண்ணீர் கழிப்பறை உணவு விடுதி தங்குமிடம் என்பவை போதுமானதாக இல்லை) நிவாரணத்தொகை சார்ந்த குறுக்கீடுகள் இல்லை. தொழிற்சங்கங்கள் முயற்சிகளுக்கு ஆரம்பத்திலேயே முட்டுக்கட்டைகள். குறைந்தபட்சம் நோட்டீஸ் போர்டுகள் இல்லை. பிஎப், இஎஸ்அய் பிடித்தம் பற்றியதில் வெளிப்படைத் தன்மை இல்லை. நிர்வாகத்துடனான உரையாடல் இல்லை. உள் குழுக்களும் இல்லை. புகார் பெட்டிகள் இல்லை. உத்தியோக உயர்வு நிரந்தரமாக இல்லை. குறைகளை நிவர்த்திப்பதற்கான நடவடிக்கைகள் இல்லை.

வேலையில் சேருவோர் 17 வயது பூர்த்தி செய்திருக்க வேண்டும் என்பதில் அக்கறை இல்லை. 19 வயது என்பது தொழிற்சங்கத்தில் சேரும் உரிமை பற்றி அக்கறை இல்லை. குழந்தைத் தொழிலாளர்கள் என்ற முத்திரை படிவதில் அக்கறை இல்லை. பருவத்தில் அக்கறையில்லை

அரசு நிர்ணயித்த குறைந்த கூலியைத் தருவதில் அக்கறை யிருப்பதில்லை. தொழிலாளரை ஊக்குவிக்க பரிசுகள் ஊக்கத்தொகை பாராட்டுகளில் அக்கறையில்லை. வங்கிகளில் சம்பளப் பணம் முதலீடு செய்வதில் பலருக்கு அக்கறை இல்லை. எந்த வகையில் வருட போனஸ் நிர்ணயிக்கப்படுகிறது என்பதில் அக்கறையில்லை. பதின்பருவப் பெண்களின் விடுதியைச் சரியாகப் பராமரிப்பதில் அக்கறையில்லை. எச்சரிக்கைப் பலகை தீயணைப்போ, விதிகள் பற்றிய அறிவிப்புகளோ இல்லை. உடல் நலம் இல்லாமல் இருக்கும் போது விடுப்பு அங்கீகரிப்பு, சரியான மருத்துவ வசதி குறித்த அக்கறையில்லை.

சில சில "வேண்டும்"கள்

தொழிலாளர் தரப்பில் குறித்த நேரத்திற்கு வேலைக்கு வருதல், தொழிலுக்கு நேர்மையாக தொழிலாளர்கள் இருத்தல், தேவையில்லாமல் விடுமுறை எடுத்து உற்பத்தியைக் குறைப்பது நல்லது அல்ல. தொழிற்சங்கங்கள் நடுநிலைமையுடன் நடந்து நிர்வாகத்திற்கு

ஒத்துழைப்புத் தரவேண்டும். தொழிலாளர் சட்டங்களில் அவர்களுக்கு சரியான வகையில் அறிவுறுத்தவேண்டும். தூசுகள் இல்லாத வேலை உலகம் வேண்டும். திருநங்கைகளுக்கான வேலை வாய்ப்பு வசதிகள் முறையாகத் தரப்படவேண்டும். இறந்து போன தொழிலாளர்களின் குடும்பத்தில் ஒருவருக்கு மாற்றாக வேலை வாய்ப்புத் தர வேண்டும். அரசு துறை மட்டுமல்லாது எல்லா துறைகளிலும் வேலை வாய்ப்புத் தர வேண்டும்.

நிறைய வேண்டும்கள் இருக்கின்றன. ஆனால், வழிகாட்டத் தலைகள் இல்லை. ஒரு செம்மறி ஆட்டின் தலைமையில் அணிவகுத்து நிற்கும் சிங்கங்கள் நமக்குத் தேவையா. ஆனால், ஒரு சிங்கத்தின் தலைமையில் அணிவகுத்து நிற்கும் செம்மறியாடுகள் பற்றித்தான் பயப்பட வேண்டியிருக்கிறது. அலெக்ஸாண்டர் போர் போன்ற பெரும் தலைகளுக்குக் கூட இந்த பயம் இருந்திருக்கிறது. செத்துப்போன பெண் சாதாரண ஆடு போன்றவள்.

லோகேஸ்வரியை இழந்த பெற்றோர் அவளை அடக்கம் செய்து விட்டு ரப்தி சாகர் எக்ஸ்பிரசில் ஊருக்குப் புறப்பட்டனர். 3350 கி.மீ. கடந்து 54 தொடர் வண்டி நிலையங்களைக் கடந்து ஊருக்குப் போய் சேர வேண்டும். மூன்று நாள் பயணம்.

பொது கம்பார்ட்மெண்டில்தான் கழிப்பறை பக்கம் நெரிசலில் உட்கார அவர்களுக்கு இடம் கிடைத்தது. அந்த நெரிசலில் ஊருக்கு உயிருடன் போய் சேருவோமா என்ற சந்தேகம் புழுக்கத்தாலும் மூச்சு விட இயலாத நெருக்கத்தாலும் லோகேஸ்வரியின் அம்மாவிற்கு சேலத்தைக் கடக்கிற போதே அப்படித் தோன்ற ஆரம்பித்து விட்டது.

கொரானா காலத்தில் மாநில எல்லைகளைக் கடந்து 500 கி.மீ. நடந்து வந்து தெலுங்கானாப் பகுதியில் மரணமடைந்த 21 வயது நாமக்கல் இளைஞர் பற்றியெல்லாம் லேகேஸ்வரியின் அம்மா கேள்விப்பட வாய்ப்பில்லாதபடி பீகாரின் ப்ரூனி பகுதி கிராமத்திற்கு சென்று சேர்ந்திருப்பார்.

அவர் ஏதோரு வகையில் அதிர்ஷ்டசாலி.

பருவநிலை மாற்றம்: சூடாகும் பூமி

சின்ன வயதில் சூட்டுக் கொட்டையை தரையில் உரசிவிட்டு உடலில் வைத்தால் கொப்பளித்துவிடும் விளையாட்டை விளையாடி யிருக்கிறேன். நல்ல சூடு இருக்கும். அது போல் கொரானா செய்திகள் சூட்டுக் கொட்டை சூட்டைப் போல் வலி தருகின்றன.

ஒரு கோப்பையில் இருக்கும் வெந்நீர் 80 பாகை செல்சியஸ் என்றால், ஒரு பெரிய பாத்திரத்தில் இருக்கும் நீரும் 80 பாகை செல்சியஸ் வெப்பநிலையில் இருக்கலாம். ஆனால், கப்பில் இருக்கும் நீரின் வெப்பசக்தியை விட, பெரிய பாத்திரத்தில் இருக்கும் நீரில் அதிக வெப்பசக்தி இருக்கும் காரணம் பெரிய பாத்திரத்தில் அதிகளவான நீர் மூலக்கூறுகள் இருக்கும் பெரிய பாத்திரமாய் பூமி சூட்டில் தவிக்கிறது.

சீன இனக்குழு ஒன்றின் திருமணச் சடங்கொன்றில் தீமிதியில் மனைவியை கணவன் கையில் ஏந்தி எடுத்துச் செல்லும் வைபவம் ஒன்று உள்ளது. தீ எரியும் சூழல் என்றாலும் மனைவியைக் கையிலேந்திக் காப்பாற்ற வேண்டும் என்ற எண்ணத்தில் அப்படியொரு சடங்கு இருக்கிறதாம்.

கொரானா என்ற தீமிதி குண்டத்தையே தாண்டி வந்திருக்கிற நாடு சீனா. சீனர்கள் தீமிதி குண்டங்களைத் தாண்டி வந்திருக்கிறார்கள்.

நாம் தீமிதி போன்ற அதிகமாகும் வெப்பம் - ஏப்ரல், மே காலங்களில் கொரானாவிலிருந்து நம்மைக் காப்பாற்றும் என்பதை கடவுள் நம்பிக்கை போல் நம்பிக்கொண்டிருக்கிறோம்.

தமிழகத்தின் பத்து நகரங்களில் ஏப்ரல் முதல் வாரத்திலேயே வெயில் சதம் அடித்து சிலருக்கு அப்படியெல்லாம் நம்பிக்கை தந்திருக்கிறது. ஆனால் கொரானா கட்டுப்படாமல் எகிறிக் கொண்டிருக்கிறது.

அமெரிக்க அதிபர் டிரம்ப் மெக்சிகோ தடுப்புச்சுவர் மூலம் இடம்பெயர்வு சம்பந்தமான - மாபெரும் தடை ஒன்றுக்கு முயற்சித்து வருகிறார், வெப்பமயமாதலைக் கட்டுப்படுத்துவது சம்பந்தமான ஒரு தடுப்புச்சுவர் ஒன்றை அவர் வந்தபோதே கட்டி முடித்து விட்டார் என்றார்கள் கிண்டலாக.

டிரம்ப் இந்தியா வந்த போது ஏழை மக்களின் வெப்பப்பார்வை படாமல் இருக்க சுவர் கட்டினார்கள் சாலையில்.

வெப்பமயமாதலைக் கட்டுப்படுத்துவது சம்பந்தமாக பல ஆண்டுகளாக நடந்து வரும் சர்வதேச முயற்சிக்கு இப்போதைய அமெரிக்க அதிபர் டிரம்பின் ஆதரவு இல்லாததால் பெரும் பின்னடைவு ஏற்பட்டுள்ளது என்பது சென்றாண்டின் செய்திதான். முந்திய அமெரிக்க அதிபர் பராக் ஒபாமா கொண்டுவந்த நடவடிக்கைகள் அனைத்தையும் ரத்து செய்ய உத்தரவு பிறப்பித்து நடவடிக்கைகளைத் தொடர்ந்தார். இந்த முயற்சிக்கு முன் மாதிரியாக இருந்து முன்னர் அமெரிக்கா தலைமை தாங்கியது; இனி தலைமை தாங்குமா? என்பது கேள்விக் குறியாகிவிட்டது.

இன்றைக்குக்கூட உலக சுகாதார நிறுவனத்துக்கு அமெரிக்கா தரும் நிதியுதவியை ரத்து செய்து ஒரு உத்தரவு போட்டுள்ளார். அவர்கள் மேல் பழிபோடும் முயற்சியாக ஒரு வெப்ப குண்டைப் போட்டிருக்கிறார்.

அவர் ஆட்சிக்கு வந்தபின் சிறுபான்மையினர் நலன், இந்தியர்களின் வேலை வாய்ப்பில் பல கெடுபிடிகளைச் செலுத்தியுள்ளார் டிரம்ப். இப்போது பெரிதாய் கை வைத்திருப்பது புவிவெப்பம். மக்களுக்கு ஆதரவான முயற்சிகளில் பெரிய முட்டுக்கட்டைகளை அவர் வைத்துள்ளார். இதில் தொழில் துறையில் ஏற்பட்டுள்ள பின்னடைவுகளைப் போக்க நடவடிக்கை எடுத்திருப்பது நல்லது. தொடர்ச்சியாக இதிலும் முனைந்துள்ளார்.

உலக அளவில் பருவநிலை மாற்றம் என்பது வெப்பச் சலனக் காற்று, பனிப்பகுதிகள் உருகுதல், வெள்ளம் அல்லது வறட்சி மற்றும் கடல் மட்டங்கள் உயர்தல் போன்றவை விளைவுகளாக இருக்கும் என்று சொல்லப்பட்டது. அதன் அடையாளங்களை சமீப மாதங்களில் கண்கூடாகப் பார்க்கிறோம்.

இந்தியாவைப் பொறுத்தவரை கடந்த 50 ஆண்டுகளில் பருவகால மழை என்பது பெரும் மாற்றம் இல்லாமல் ஏமாற்றத்தையே தருகிறது. வங்காள விரிகுடாவிலும் புயல்கள் என்பதில் 2000க்கு முன் பெரிய மாற்றம் இல்லை இமாலயப் பனி உருகி வருகிறது.

21ஆம் நூற்றாண்டில் 15 முதல் 30 சதவீதம் வரை மழையளவு அதிகரித்த போது இதே சீதோஷ்ண நிலை வெப்பம் 5 சதவீத சென்டிகிரேட் அளவு உயர்ந்தது. ஆல்ப்ஸ் பகுதியில் சில செடிகள் அபூர்வமாக வளர்கின்றன பல செடிகள் மறைந்துவிட்டன. இங்கிலாந்தில் பறவைகளின் சுபாவத்தில் பல மாற்றங்கள் தென்படுகின்றன

முட்டையிடும் 65 பறவை இனங்கள் (பறந்து செல்பவை அவை) முட்டை போடும் காலத்தை முன்னதாக்கிக் கொண்டிருக்கின்றன. மூன்றில் ஒரு பங்கு மக்கள் தொகையில் 17 பில்லியன் மக்கள் தண்ணீருக்காக சிரமப்படுகிறார்கள். இது 2025இல் 25 மில்லியனாக உயரும். இந்தக் காலத்தில் 480 மில்லியன் ஆப்பிரிக்கர்கள் தண்ணீருக்காக அலைவர். லத்தீன் அமெரிக்க நாடுகளில் உணவுப் பொருட்களின் விளைச்சல் இந்தக் காலத்தில் வெகுவாகக் குறையும்.

அதிக வெப்ப நாட்களில் வயதானவர்களின் நோய்கள் அதிகரிக்கும் மரணமும் அதிகரிக்கும் என்ற விஞ்ஞானக் கண்டுபிடிப்புகளும் உள்ளன. கால்நடைகளை மிகவும் பாதிக்கும் பயிர்களை நாசம் விளைவிக்கும் சுற்றுலாத்தலங்கள் வெகுவாகப் பாதிக்கப்படும் நிலச்சரிவு வெள்ளம் அதிகரிக்கும். உலக நிலப்பரப்பில் 2.4% இந்தியாவை சாரும் 17% மக்களும் 15% கால்நடைகளும் இதில் அடக்கம். இந்தியாவில் சிறு விவசாயிகள் அதிகம் இருக்கிறார்கள். பங்களாதேசிற்கு அடுத்தபடியாக சிறு விவசாயிகள் இங்கு அதிகம்,

இந்தியா வறட்சியின் பிடியில் அதிகம் சிக்கும். இந்தியாவின் பருவ நிலைகள் பாதிக்கப்படும். இந்தியாவின் பருவ நிலைகளை ஒட்டி இந்திய விவசாயம் பாதிக்கப்படும். தமிழ்நாடு ஏழில் மூன்று பகுதி மழையை நம்பி இருப்பது. பருவமழை தவறியதால் உணவு உற்பத்தியும் கால்நடைகள் வாழ்வும் பாதிப்புக்குள்ளாகும். பருவநிலை மாற்றத்தில் ராகி போன்றவை பொதுவாக பாதிக்கப்படும். ராகி பயிர் விளைச்சல் மிகவும் குறைந்துவிட்டது. உணவுப் பாதுகாப்பு என்பது சில பகுதிகளுக்கு அச்சுறுத்தலாக அமையும். 1979 உலக அளவில் பருவநிலை மாற்றம் சிக்கலாக மாறும் என்று கண்டறியப்பட்டது. அப்போது கரியமிலவாயுவின் தன்மை உயர்ந்திருப்பது உணரப்பட்டது. இது தொடர்ந்து கொண்டே இருக்கிறது இது மின் உற்பத்தியை பாதிக்கும்.

சூரிய ஒளியைப் பயன்படுத்தும் உணர்வு அதிகரித்திருக்கிறது. அதேசமயம் காடுகளை அழிப்பதும் அதிகரித்து வருகிறது. மனித குல பாதுகாப்பிற்கு பெரும் அச்சுறுத்தலாக பருவநிலை பரிமாற்றம் என்பது அமைந்திருக்கிறது.

இன்னும் 15 ஆண்டுகளில் மிகவும் குறைந்த மழைப் பொழிவு என்பது பெரும் கொடூரக் கனவாக இருக்கிறது. தண்ணீர் பற்றாக்குறையை உருவாக்கும் போர்வெல்களால் அதிகம் சுரண்டப்பட்டு விடும். விவசாயத்தில் நீரின் பயன்பாடு குறையும் அதிக வெப்ப சூழல் பயிர் வளர்ச்சியைக் குறைக்கும். விவசாயிகளின் வருமானத்தை குறைக்கும்

விவசாயிகளை வேறு தொழில்கள் மற்றும் நகரங்களை நோக்கி நகரச் செய்யும் மற்றும் வறுமை அவர்களை சூழவும் செய்யும். ஈரமற்ற காற்று பயிர்களைப் பாதிக்கும்.

அதிக வேகத்தில் காற்று வீசுவது பயிர்களைப் பாதிக்கும். விளைச்சலைக் குறைக்கும். மண்ணரிப்பு அதிகமாகவும் மரங்களும் காய்கறிச் செடிகளும் இல்லாது குறையும். பஞ்சம் தலைவிரித்து ஆடி சொட்டுநீர்ப் பாசனம், பயிர்களுக்கு இன்சூரன்ஸ் என்பதை சாதாரண மக்களை அவற்றுள் தள்ளும் மாற்றுப்பயிர்களை நாட வேண்டியிருக்கும்; உரங்களின் தன்மையை மாற்ற வேண்டியிருக்கும். அதிக வெள்ளம் மண்ணரிப்பைக் கொண்டு வரும் விவசாய நிலங்களின் பல குறைகளின் மத்தியில் மக்கள் தங்கள் வாழ்க்கை காரணங்களையும் எதிர்நோக்குவது சிறந்தது.

மறுபடியும் முன் இடத்திற்கு வருவோம். முன்னாள் அதிபர் கொண்டு வந்த திட்டங்களை இப்போதைய அதிபர் குழுவினர் மறுத்து ரத்து செய்திருக்கிறார்கள். இப்போது டிரம்பின் கை பருவநிலை மாறுபாட்டுக் கொள்கையிலும் விழுந்திருக்கிறது. பருவ நிலை மாற்றத்தைக் கட்டுப்படுத்துவது தொடர்பான "2015 பாரிஸ் உடன்படிக்கை பற்றி" டிரம்ப் அதிக அக்கறை எடுத்துக் கொள்ளவில்லை. ஆனால், பல ஒப்பந்தங்களை ரத்து செய்திருக்கிறார்.

பொருளாதார வளர்ச்சி, வேலைவாய்ப்பு உருவாக்கம் செய்யாமல் தூய்மையான காற்று, சுத்தமான தண்ணீர் கிடைப்பதை உறுதி செய்வேன் என்கிறார்.

புவி வெப்பமயமாதலைக் கட்டுப்படுத்தும் நடவடிக்கைகளை அவரின் அரசு உறுதி அளிப்பதை சூழலியலாளர்கள் எதிர்பார்க்கிறார்கள் விரைவாய் சூடாகும் பூமியை யாரால் தடுக்க முடியும்.

கொரானாவிலிருந்து சூடாவதை 14, 21 நாட்களை மீறி காலம்தான் தீர்க்கவேண்டும்.

சுற்றுச்சூழல் ஆவணப்படம்: வெள்ளத்திற்கு முன்

சென்னை என்றால் வெள்ளத்திற்குப் பின்புதான் பேச வேண்டி இருக்கிறது. அபரிமித வெள்ளத்திற்கு முன் நிகழும் எச்சரிக்கைகள் என்று பலவற்றைச் சுட்டிக் காட்டுகிறார்கள் இதெல்லாம் அபாயம். இது மீறினால் அபரிமிதமாக வெள்ளம் புயல் என்று ஆருடம் சொல்வார்கள்.

அமெரிக்காவைச் சார்ந்த இயக்குனர் அப்படி ஒரு பிரளய காலத்திற்கு முன் உலகம் எப்படி இருக்கிறது என்று சொல்ல மூன்றாண்டுகள் சிரமப்பட்டு இத்தலைப்பில் ஒரு படமெடுத்திருக்கிறார் இயக்குனர் பிஷ்சர் ஸ்ட்வன்ஸ்.

மூன்றாண்டுகளுக்கு முன் ஐக்கிய நாட்டு சபை பிரபல ஹாலிவுட் நடிகர் லியோனார்டோ டிகாப்ரியோவை அமைதித் தூதுவராக உலக அமைதி குறித்து சில விஷயங்களைப் பரப்பச் சொன்னார்கள். அவர் அந்தப் படத்தில் பல இடங்களுக்குப் போகிறார். பலரைச் சந்திக்கிறார் அதுவே இப்படமாக விரிந்திருக்கிறது. இந்தத் தூதுவர் பதவியைப் பெற சில முன் தகுதிகள் உள்ளன. உலகம் வெப்பமாவது குறித்து லெவந்த் ஹவர் என்றொரு படம் எடுத்திருக்கிறார். 10 ஆண்டுகளுக்கு முன் பூமிநாளில் அவர் சுற்றுச்சூழல் சார்ந்து ஆற்றிய உரையும் குறிப்பிடத்தக்கதாகும்.

டிகாப்ரியோ உலகின் பல பகுதிகளுக்கு இந்த ஆவணப்படம் பொருட்டு செல்கிறார். வட இந்தியாவிற்கு வந்து போகும் பெண்களைப் பார்க்கிறார் சாணி மராட்டியர். பொருளாகி புகையாகும் வித்தியாசத்தைக் கண்டு வியக்கிறார். பெண்கள் குடும்பத்தில் தூண்களாக இருப்பதையும் தெரிந்து கொள்கிறார். பிரதேசத்திற்குச் சென்று பணிபுரிய நதியாய்ப் பெருக்கெடுப்பது பற்றி பேசித் தெரிந்து கொள்கிறார் கனடாவில் எண்ணெய், மணல் பாகங்களைத் தெரிந்து கொள்கிறார். சுமத்ரா காடுகளில் நடக்கும் சம்பவங்களில் இருந்து உற்பத்தியாகும் பாமாயில் குறைந்த விலைக்குத் தரப்படும் ரகசியம் பற்றித் தெரிந்து கொள்கிறார். பல்வேறு நாடுகளில் நுகர்வு கலாசார அம்சங்கள் உலகை சூடாக்கி வருவதைக் கண்டு கொள்கிறார். இதைப் பற்றி சிலருடன் பேசி விவாதித்து பல விஷயங்களைத் தெரிந்து கொள்கிறார். மனிதன் வாழ்வில் உண்டாயிருக்கும் உலகைச் சூடு பற்றி தெரிந்து கொண்டு உரையாற்றுகிறார். தன் குழந்தை வயது நினைவுகளுடன் சூழல் மற்றும் பற்றுகள் குறித்து

பகிர்ந்து கொள்கிறார். இவர் பயணங்களில் விஞ்ஞானிகளைச் சந்தித்து தன் கவலையைத் தெரிவிக்கிறார் அவர்களும் இப்படியே போனால் பெரும் கவலை கொள்ள வேண்டும் என்கிறார்கள். சகல துறைகளிலும் சகலவிதமான ஆளுமைகளைச் சந்திக்கிறார் அமெரிக்கா ஒபாமா. சுற்றுச்சூழல் நிபுணர் சுனிதா நாராயண் உள்பட ஜல்லிக்கட்டு எரிமலையின் உச்சம் என்று கமலஹாசன் சொல்லும்போது அதற்கான அர்த்தம் கிடைக்கிறது. டிகாப்ரியோ சூடு பெரும் கேடு என்று மெல்லியக் குரலில் அமெரிக்காவின் சூப்பர் ஸ்டார் சொல்லும்போது இன்னும் உண்மை தெளிவு பெறுகிறது.

ஏர்முனையும் பேனா முனையும்

விவசாயிகளின் பிரச்சினைகள், வாழ்க்கை, பயிர்த்தொழில் என பல விடயங்களை எழுத்தாளர்கள் பேனா முனையில் வெளிப்படுத்தி யிருக்கிறார்கள். விவசாயிகளுக்காக ஓர் எழுத்தாளர் நாவல் ஒன்றை எழுதி இருக்கிறார் அவர்தான் டால்ஸ்டாய். அவர் எழுதிய நாவல் புத்துயிர்ப்பு.

ரஷ்யாவின் தெற்கில் விவசாயிகளும் கால்நடை மேய்ப்பை மேற்கொள்ளுபவர்களும் டுகோபார்ஸ் என்ற மதப் பிரிவை உருவாக்கினர் அவர்கள் கிறிஸ்தவர்கள் தான். ஆனால் மதச் சடங்குகள், மதங்கள் சார்ந்த கட்டுப்பாடுகளை அவ்வளவாய் விரும்பவில்லை. உடம்பை வென்று நம் திருமூலர் சொன்னது போல் மனிதனின் மனமே, உடம்பே ஆலயம் என்று உரக்கச் சொல்லிக் கொண்டார்கள்.

அவர்கள் விவசாயத்தில் நல்ல திறமை கொண்டவர்கள். விவசாயத்திற்குத் தேவைப்படும் பொருட்களை தங்கள் மூலம் செய்து கொண்டனர். வீட்டுப் பொருட்களையும் செய்துகொண்டனர். மனம் தூய்மையாக இருக்க வேண்டும் என்று விரும்பியவர்கள் அவர்கள். ஏற்றத்தாழ்வை சக மனிதர்களிடத்தில் விரும்பாதவர்கள் மதுப் பழக்கத்தை வெறுத்தார்கள். அவர்கள் புகையிலையை சாதாரணமாக பயன்படுத்துவதை வெறுத்தார்கள். கால்நடைகள் மற்றும் விவசாய உடமைகளை பொதுவாக வைத்திருந்தனர். இவர்களை ரஷ்ய அரசாங்கம் ஏனோ கண்டு கொள்ளவில்லை. அரசு வசூலிக்கும் நிலவரியைத் தரவில்லை. இவர்கள் நில அளவை மக்கள் தொகைக் கணக்கெடுப்பு போன்றவற்றிலும் ஒத்துழைக்கவில்லை. அரசாங்கமும் ஒதுக்கிவிட்டது. இவர்களை தனிப்பகுதியாக அந்நாட்டில் வாழ்ந்தார்கள் பொறுத்துப் பார்த்தது அரசாங்கம். இது நாட்டின் ஒற்றுமையைக் குலைக்கும் என்று புறக்கணித்தது. துன்புறுத்தியது. மக்கள் அதையும் கண்டு கொள்ளவில்லை அரசாங்கம் எரிச்சலடைந்தது. நாடு கடத்தியது 17ஆம் நூற்றாண்டின் தெற்குப் பகுதி மக்கள் இவர்கள். இவர்கள் என்றால் 40 ஆயிரம் பேர் நாட்டை விட்டுத் துரத்த அரசு இவர்களை கருணையுடன் பார்த்தது கனடா அரசு . ஆறாயிரம் மைல்கள் கப்பலில் செல்ல வேண்டும். டுபுக்கு இன மக்களுக்கு பெரிதாய் சேமிக்கும் பழக்கம் இல்லை ஒரு பக்கம் ரஷ்யா அவர்களைத் துரத்தியது. இன்னொரு பக்கம் கனடா அரசு கை நீட்டியது. இடையில் கப்பலில்

செல்ல அந்த இன மக்களிடம் பணம் இல்லை. இந்த மக்களைப் பற்றிக் கேள்விப்பட்டார் ரஷ்யாவின் மகத்தான எழுத்தாளர் டால்ஸ்டாய்.

பண உதவி செய்ய நினைத்தார் எழுத்தின் மூலம் வரும் வருமானத்தைத் தரத் திட்டமிட்டார். 1899இல் நீவா என்ற ரஷ்ய இதழில் ஒரு தொடர் நாவலை எழுதினார். அந்த நாவலுக்கு அவருக்குக் கிடைத்த பணத்தை அந்த இன மக்களிடம் கப்பல் செலவிற்குத் தந்தார், 20 ஆயிரத்துக்கும் மேற்பட்டோர் கனடா சென்றார்கள், விவசாயத்தில் திறமையைக் காட்டி முன்னேறினார்கள், அந்த மக்கள் பின்னால் டால்ஸ்டாயிக்கு சிலை வைத்தார்கள். விவசாயத்திற்கு முக்கியத்துவம் கொடுத்ததற்கு அந்த விவசாயிகள் அஞ்சலி செலுத்தினார்கள்.

கனடாவிலும் அவர்களுக்கு ஒரு நெருக்கடி வந்தது அவர்களை மதமாற்றம் செய்ய முயற்சிகள் நடந்தன, அவர்கள் நிர்வாணமாக நின்று போராடினர். அரசு மதமாற்ற முயற்சியைக் கைவிட்டது. ஒரு எழுத்தாளர் விவசாயிகளுக்கு முக்கியத்துவம் கொடுத்து விவசாயிகளுக்காக ஒரு தொடராக நாவல் எழுதி உதவி பேனா முனையால் ஏர்முனை மனிதர்களுக்கு உதவினார். அது ஒரு முக்கிய சரித்திர நிகழ்வு. அதேபோல் பேனா முனையால் விவசாயிகளுக்காகவும் எழுதி சுற்றுச்சூழலில் அனுசரித்து எளிமையான வாழ்க்கை வாழ வேண்டுமென்று தன் நூல்கள் மூலமாக வலியுறுத்திய ஒரு அமெரிக்க எழுத்தாளர் ஹென்றி டேவிட் தோரோ என்பவர்.

விவசாய மக்கள் மீது வரி விதிப்பதைக் கடுமையாக எதிர்த்தவர் இவர். வளர்ச்சி என்ற பெயரில் சுற்றுச்சூழலை நாசம் செய்வதை எதிர்த்தவர். அவர் வால்டன், ஆன் தி டியூட்டி ஆப் சிவில் டிஸொபிடியன்ஸ், லைப் வித்தவுட் பிரின்சிபல் போன்றவை இவர் எழுதிய சில முக்கிய நூல்கள், அரசாங்கம் வேண்டாம் என்று சொல்லவில்லை. நல்ல அரசாங்கம் வேண்டும் என்று சொல்லி போராடிய தத்துவஞானி இவர். டார்வினின் உயிரினங்களின் கோட்பாட்டை ஆதரித்து தீவிரமாக எழுதியது போலவே விவசாயிகளை ஆதரித்தவர். அவர்களுக்காக எழுத்து மொழியை கூர்மையாக்கிக் கொண்டு போராடியவர். இன்றைய காலத்தில் இதே போல பல எழுத்தாளர்கள் அணிவகுத்து தமிழ்ச்சூழலில் இருக்கிறார்கள்.

நல்லாறுகள்

திருப்பூர் பின்னலாடை ஏற்றுமதியாளர்கள் திருப்பூர் பகுதி நொய்யல் ஆற்றைத் தூய்மைப்படுத்தும் பணியில் ஈடுபட்டிருப்பது நல்ல ஆரோக்கியமான செய்தி. இதுபோல் திருப்பூர் வடக்குப் பகுதியில் நல்லாறும் வாழும்படி சுத்தமாக்கப்பட வேண்டியதாக இருக்கிறது.

திருமுருகன்பூண்டி என்பது திருப்பூரில் வடபகுதியில் உள்ள பக்தர்களின் பிரியமான இடம். காட்டாற்று வெள்ளத்தில் அடித்துச் செல்ல இருந்த சிவபெருமானை அம்மன் காப்பாற்றியதாக பூண்டி தல வரலாறு சொல்கிறது. சூழல் மாசுபாட்டால் அடித்து துவைக்கப்பட்ட நல்லாறை திருப்பூர் பின்னலாடை ஏற்றுமதியாளர்கள் கவனத்தில் கொண்டால் காப்பாற்றலாம். 150 முதல் 250 அடி அகலம் வரை இருந்த நல்லாறு ஆக்கிரமிப்பாலும் கழிவுகள் ஓடுவதாலும் சாக்கடைக் கால்வாய் ஆக மாறிவிட்டது.

திருப்பூர் மாவட்டம் அன்னூர் பகுதியில் மழைநீர் சிறு ஓடைகளாக மாறி நல்லாறு என்ற பெயருடன் திருப்பூரில் பயணித்து நொய்யலில் சங்கமிக்கிறது. 17 கிலோமீட்டர் நீளமுள்ள நல்லாற்றின் கரையில் அவிநாசி சிவன் ஆலயமும் அமைந்துள்ளது.

அன்னூர் பகுதியிலிருந்து அவிநாசி எல்லைக்குள் நல்லாறு நுழையும் இடத்திலேயே அது குறுகிவிடுகிறது. நீர் நிலை ஆக்கிரமிப்புகளின் ஒரு அடையாளம்தான் இந்த நல்லாறு.

திருப்பூர் எல்லைக்குள் வந்த பின் நூற்றுக்கணக்கான சாய, சலவை ஆலைகள் மற்றும் குடியிருப்புக் கழிவுகள் ஆற்றில் நிரம்பிவிடுகிறது கழிவுநீரும் சாக்கடையாக பிறகு மாறிவிடுகிறது.

நொய்யல் ஆற்றங்கரையிலிருந்து சாய ஆலைகள் மூலம் பல குழாய்கள் மூலம் நல்லாற்றில் கழிவுகள் கலப்பது சாதாரணமாகி விடுகிறது. 400 ஏக்கர் பரப்பளவு உள்ள பறவைகள் சரணாலயமான நஞ்சராயன் குளத்தில் நீர் எப்போதும் காணப்படுவதற்குக் காரணம் இந்த கழிவுநீர் அங்கு வந்து சேர்வது என்பது பலருக்குத் தெரியாத ரகசியமாக இருக்கிறது.

ஒரு காலத்தில் நல்லாற்றின் நீர் திருப்பூர், அவிநாசி, அன்னூர் பகுதிகளின் விவசாய வளர்ச்சிக்கு பெரும் உதவியாக இருந்தது. ஆனால், இன்று கழிவுகளின் ஓட்டத்திற்கு அது இரையாகிவிட்டது.

அவிநாசி சிவன் கோவிலில் அவிநாசி லிங்கேஸ்வரன் கருவறை வெள்ளப்பெருக்குக் காலங்களில் மூழ்கடிக்கப்படுவது பல சமயங்களில் பக்தர்களை அதிர்ச்சி அடையச் செய்தது. இது போல் அதிர்ச்சி அடையச் செய்வது அவ்வப்போது நிகழ்கிறது. தென்மேற்கு பருவ காலங்களில் மழை தீவிரமடைந்து நல்லாற்றில் வெள்ளப்பெருக்கு ஏற்படும் போது இப்படி லிங்கேஸ்வரன் வெள்ளத்தில் மூழ்கி விடுகிறார். ஆற்று ஆக்கிரமிப்பு, கட்டிடக் கழிவுகள், சாயக்கழிவுகள், குப்பைகள் தனியார் ஆக்கிரமிப்பில் இருக்கும் குளங்கள் மற்றும் சிறு பாலங்களில் அடைப்பு ஏற்பட்டு வெள்ளநீர் அவினாசி லிங்கேஸ்வரரை மூழ்கடித்து விடுகிறது. திருப்பூரைக் கடந்து எஸ் பெரியபாளையம் நஞ்சராயன் குளத்திற்குச் செல்லும்போது கழிவுகளின் சங்கமம் ஆகிவிடுகிறது. பெரியபாளையத்தில் இடத்தில் இருக்கும் 2000 ஆண்டுகளுக்கு முன் கட்டப்பட்ட சுக்ரீஸ்வரர் கோவிலைச் சுற்றி நல்லாற்றின் தண்ணீர் ஓடும் கட்டமைப்பு முன்பு வடிவமைக்கப் பட்டிருக்கிறது. அந்தப் பகுதிகளில் கழிவு நீர் ஓடுவது சுக்ரீஸ்வரருக்கும் அந்தக் கோவில் பக்தர்களுக்கும் சங்கடம் தருவதாகும்.

பல பகுதிகளில் தனியார் சாய ஆலைகள் பின்னலாடை நிறுவன ஆக்கிரமிப்பு போன்றவற்றின் காரணமாக கரை என்பது காணாமல் போய் ஆழமான பள்ளம் பல இடங்களில் காணப்படுகிறது. பல இடங்களில் ஆற்றுக்குள் தொழிற்சாலைகள் வீடுகள் அமைந்துள்ளன. அவிநாசி லிங்கேஸ்வரர் கோயில் சுந்தரமூர்த்தி நாயனாரால் பாடல் பெற்ற ஸ்தலம் முதலை உண்ட பாலகனை மீட்ட ஸ்தலம். ஆனால், ஆக்கிரமிப்பு முதலையின் வாயில் அகப்பட்டிருக்கும் நல்லாறு தூய்மைப்படுத்தும் பணியும் திருப்பூரில் முக்கியமானதாய் கவனத்தில் கொள்ளப்பட வேண்டியதாகும்.

நீரே அமிர்தமும் நஞ்சராயன் குளமும்

பள்ளிப் பாடத்திட்டத்தில் தமிழ்நாட்டில் பிறந்த நோபல் பரிசு பெற்ற அறிவியல் அறிஞர் சர் ஸி வி ராமன் எழுதிய நீரே அமிழ்தம் - Elixir of life என்ற கட்டுரை இந்திய விவசாயத்திற்கு ஏரிகளின் முக்கிய பங்கு பற்றிப் பேசியது. அது அடிப்படையில் ஏரி, நீரின் நிறம் இடத்துக்கு இடம் மாறுபடுகிறது என்று இயற்பியல் விளக்கத்தோடு சொன்னதன் இன்னொரு பரிமாணம்; நிலப்பரப்பிற்கு ஏரிகள் அழகைத் தருகின்றன என்று குறிப்பிட்டு இருந்தார்.

இந்திய விவசாயத்திற்கு ஏரிகளின் முக்கியத்துவம், குடியிருப்புகளுக்கு இடையே அமைந்த ஏரிகளின் காட்சி அழகு, ஏரி நீரில் காலை சூரியன் எழும் காட்சியும், மாலை சூரியன் மறையும் காட்சியும் உள்ளத்திற்கு கிளர்ச்சி தரும் அனுபவம் என்கிறார்.

தமிழ்நாட்டில் ஏரிகள் குளங்களை சரியாக பராமரிக்காத நிலையில் நிலத்தடி நீர்மட்டம் அதல பாதாளத்திற்குச் சென்றுவிட்டது. கடந்த 10 ஆண்டுகளாக பருவமழை குறைவு. ஏரி குளங்களில் சேமிக்கப்படும் நீர் நீர்மட்டத்தைக் காப்பாற்றும், அவை நீர்ப்பாசனத்திற்குப் பயன்படும். ஆனால், இன்று கால் பங்கு கூட அவை சரியாக பராமரிக்கப்படாமல் வேறுவகை ஆக்கிரமிப்பும் முட்புதர்களின் வளர்ச்சி போன்றவற்றால் நீர் சேமிப்பு இல்லை. பழைய காலத்தில் இருந்த ஊருணி என்ற நீர் சேமிப்பு ஆதாரம் இன்று இல்லை. மழை வரும் மேலடுக்கு மண் நீர் வற்றிய பிறகு விவசாயிகளுக்கு பயன்படும். ஆனால், இன்றைய நிலை வேறு. வீட்டுக் கழிவுகள், சாக்கடைக் கழிவுகள், குளம் ஏரிகளில் கலக்கின்றன பாசி படிகிறது. இது நிலத்துள் நீர் செல்வதைத் தடுக்கிறது. நீராதாரம் பெருக்க தூர் வாருதல் குறைந்துவிட்டது. தமிழ்நாட்டில் சுமார் 50,000 ஏரி குளங்களில் ஏறத்தாழ பாதி அளவு இதேநிலைதான். வறட்சி நீர் தட்டுப்பாட்டுக்கு வழிவகுக்கிறது.

வறண்டிருந்த திருப்பூரின் 440 ஏக்கர் நஞ்சராயன் குளத்திற்கு இவ்வாண்டு வந்த வெளிநாட்டுப் பறவைகள் பழையதில் கால் பங்கு கூட இல்லை. வழக்கமாய் கோடையில் மங்கோலியா, ரஷ்யா, கிழக்கு அமெரிக்கா, வடக்கு ஐரோப்பிய நாடுகளிலிருந்து பல பறவைகள் வரும். நீர்ப் பறவைகள், சூரைமாரி, தகைவிலான், வாலாட்டி குருவிகள், கரிச்சான்கள், புதர் பறவைகள் என பறவைகள் பல வரும். இந்த ஆண்டு 2017 நஞ்சராயன் குளத்திற்கு வந்த பறவைகளின் எண்ணிக்கை; பறவை ஆர்வலர்களை கவலை கொள்ளச் செய்திருக்கிறது.

நகரமும் வறட்சியால் பாதிக்கப்பட்டு இருக்கிறது. நகரத்திற்கு வரும் ஐயாயிரத்துக்கும் மேற்பட்ட பறவைகளில் 10% மட்டுமே சமீபத்தில் வந்துள்ளன. தட்டை வாயன் 2500 என்பதில் இரண்டு சதவீதம் மட்டுமே வந்துள்ளன. நீலச்சிறகு வாத்து மூவாயிரத்துக்கும் மேல் வரும் இப்போது 250 என்ற அளவில் வந்துள்ளது. இந்த நஞ்சராயன் குளத்திற்கு என்ன ஆனது இதில் தேங்கும் சலவை பட்டறை, சாயப்பட்டறை நீரால் நோய் பரவுவதாக நகராட்சி மரங்களை உடைத்து தண்ணீரை வெளியேற்ற குளம் வறண்டு வெறும் மண்ணாகி விட்டது.

இது தமிழகத்தின் பெரிய குளங்களில் ஒன்று 520 ஆண்டுகளுக்கு முன் கிருஷ்ணதேவராயர் ஆட்சிக் காலத்தில் கட்டப்பட்டது. பெலிகன், ஸ்பாட்டட் பில் டக், அய் பிஷ், லிட்டில் கிரிட் ட் போன்றவை சாதாரணமாக வந்து செல்லும் குளம் இது - வெளிநாட்டு பறவைகள் காமன் சாண்ட் பைபர், வுட்சேட் பைபர், லிட்டில் ரிங்கு பிளோவர் எனவும் சில அவ்வப்போது வந்து செல்லும். காட்டாறுகளால் உருவான நல்லாறு ஓடை இதில் சேருகிறது.

இதனால் முன்பு 300 ஏக்கர் நிலம் பாசனத்திற்கானது ஓர் ஆண்டில் பத்து மாதங்கள் குளத்தில் தண்ணீர் நிரம்பி இருந்த காலம் உண்டு. ஆனால், இப்போது நீர் வெளியேற்றப்பட்டதால் பாளம் பாளமாக வெடித்துச் சிதறிக் கிடக்கிறது இந்தக் குளம். அதிகாலை நேரங்களில் இப்பகுதிக்குச் சென்று தூரமா இருந்து பறவைகளை ரசித்திருக்கிறேன். வெயில் வந்தால் குளத்தை ஒட்டி இருக்கும் மரங்களில் அவை அடைக்கலமாகும்.

இங்கிருந்து இரண்டு கிலோமீட்டர் மன்னரை அணைக்கட்டு இருக்கிறது. நொய்யல் ஆற்று நீரை நன்னீராக்கும் திட்டம் இருந்தது. தெற்குப்பகுதி, நடுப்பகுதி மதகுகள் மூலம் தண்ணீர் வெளியேற்றப்பட்டு பாசனம் பெற்ற வாய்க்கால்களும் வறண்டு கிடக்கின்றன.

இந்தக் குளத்தின் அருமை வெளிநாட்டுப் பறவைகள் வந்து செல்லும் அபூர்வ உறவு தெரியாமல் இதோ இது இப்போது கேட்பாரற்றுக் கிடக்கிறது. அரசின் அதிரடி திட்டங்களால் இதில் உயிர் வரலாம் மாலை நேரங்களில் மது அருந்தி பாட்டில்களை வீசிச் செல்லும் இடமாகி விட்டது. இது சமூகவிரோதிகளின் தவறான செயல்களுக்கு பயன் ஆகிவிடக்கூடாது. வேடந்தாங்கல் பறவைகள் சரணாலயம் மற்றும் இயற்கை ஆர்வலர்களின் கனவு நீடித்துக் கொண்டே இருக்கிறது.

சூழலியல் தீர்வு

நெடுவாசல் ஹைட்ரோ கார்பன் மீத்தேன், திருப்பூர் சாயக் கழிவு, வேலூர் தோல் பதனிடுதல், பாலாறு, தாமிரபரணி தண்ணீர், குளிர்பானத்திற்கு பல இடங்கள், கூடாங்குளம் என்று தமிழ்நாட்டில் திரும்பிய பக்கமெல்லாம் சூழலியல் பிரச்சினைகள் விரவிக் கிடக்கின்றன.

இயற்கை மீதான மீறல்கள் ஒரே நேரத்தில் ஒத்த நிகழ்வு முறையில் நிகழ்ந்து கொண்டே இருக்கின்றன. முதலாளித்துவ அரசியல் பொருளாதாரம் சமூக பொருளியல் விஷயங்கள் சூழலில் கேடுகளுக்குக் காரணமாக அமைகின்றன.

சூழல் மாசுபாடு என்பது படுக்கையறையில் வீட்டு வரவேற்பறையில் உருவாக்கப்படுவதில்லை; கார்ப்பரேட் நிறுவனங்களின் நிர்வாக அறையிலிருந்து உருவாக்கப்படுகின்றன என்று சொல்லப்படுவதுண்டு. முதலாளித்துவ உற்பத்தி எல்லா செல்வங்களுக்கும் ஆதாரமான மண்ணையும் அதில் வாழும் உழைக்கும் மக்களையும் சுரண்டித்தான் தொழில்நுட்பத்தை விட்டு வைத்திருக்கிறது என்பதையும் கவனத்தில் எடுத்துக் கொள்ள வேண்டும். விவசாயத்தை உயர்த்துகிறோம் என்று பூச்சிக்கொல்லி மருந்துகளின் உற்பத்தி உரம் மரபணு மாற்றப்பட்ட பயிர் சாகுபடி, பணப் பயிர்களை அதிகம் விளைவித்தல், பணப்பயிர்கள் மீதான மோகம் ஆகியவை பெருமளவில் மோசடி நடவடிக்கையாய் அமைந்துவிடுகின்றன.

உலக ஆதாயத்திற்காக கண்ணாமூச்சி விளையாட்டு வெவ்வேறு எதிர்விளைவுகளைத் தருகிறது. முதலாளித்துவத்திற்கு முன்பே காணப்பட்ட சமூகப் பொருள் உற்பத்தி நிர்வாகம் பயன் மதிப்பை உற்பத்தி செய்வதாக இருந்தது. ஆனால், முதலாளித்துவ சமூகத்தின் பொருள் உற்பத்தி முறை பரிவர்த்தனை மதிப்பை உயர்த்தி உற்பத்தி நோக்கில் கவனமாகச் செயல்படுகிறது, இயந்திரம் அதற்கு இன்னும் துணை போகிறது.

மூன்றாம் உலக நாடுகளின் சூழலியல் சிக்கலுக்கும் வறுமை சூழலுக்கும் அந்த நாடுகளில் காணப்படும் சுற்றுச்சூழல் சிக்கல்களே காரணங்களாக இருந்துள்ளன, வறுமையை விதி என்று சொல்லி முத்திரை குத்துவது காலாவதியாகிவிட்டது. முதலாளித்துவத்தின்

பொருளாதாரக் கொள்கைகள் மற்றும் செயல்திட்டங்களே அந்த நாடுகளின் வறுமைக்குக் காரணமாக இருப்பதை ஆய்வுகள் தெரிவிக்கின்றன. மூன்றாம் உலக நாடுகளின் பொருளாதாரக் கட்டமைப்பு வளர்ந்த நாடுகளின் முதாலாளித்துவ அமைப்பையும் அவற்றின் வியாபாரத்தையும் மட்டும் சார்ந்து இருக்கத்தக்க வகையில் அந்நாடுகளின் சந்தைகள் உலக அளவிலான சந்தைக்கானதாக மாற்றம் பெறுகிறது. அவை மூன்றாம் உலக நாடுகளின் சூழலையும் பொருளாதாரத்தையும் இணைந்தே அழிக்கும் வாய்ப்புகள் அதிகம் உள்ளன. அவ்வாறே அமைந்துள்ளன.

இயற்கையில் உபயோகமில்லாதது எதுவும் இல்லை, அனைத்தும் மறுசுழற்சிக்கு உள்ளாகும் தன்மை கொண்டவை. அதிகபட்சமான சுரண்டலை இயற்கையின் மீதானதாகத் தொடுக்கிற போது இந்த மறுசுழற்சி இயக்கமும் தடுமாறுகிறது. பண நோக்கிலான உற்பத்தி முறையானது இன்னும் தடுமாற வைக்கிறது. மனித சமூகம் தனித்து இயங்க முடியாது. இயற்கை சுற்றுச்சூழல் சார்ந்து இருக்கவேண்டி இருக்கிறது, மனிதன் இயற்கையின் ஒரு பகுதி என்பது திரும்பத் திரும்ப நிரூபணமாகிறது.

இயற்கை என்பது வாழ்க்கைக்கான சாத்தியங்களை வழங்குகிறது. பேராசையான போக்கு இயற்கைக்கும் மனிதனுக்குமான உறவில் பெரும் பிளவை ஏற்படுத்தும். இது தொடரும் போது இயற்கை நம்மை நிச்சயம் பழிவாங்கும் என்பதை மார்க்சியர்கள் தொடர்ந்து வலியுறுத்துகிறார்கள்.

மனிதகுல வரலாற்றுப் போக்கும் இயற்கை அறிவியல் வளர்ச்சியும் மதத்திடமும் அதன் சார்பான அரசிடமும் சென்று சேர்ந்து விட்ட இந்தியச் சூழலில் இருக்கிறோம். இயற்கை அறிவை, அறிவியலைப் பயன்படுத்தத் தடையாக கருத்துமுதல்வாதம் கடவுள் கொள்கை என்றெல்லாம் காலம் காலமாக நீடிக்கிறது. கடவுள் கொள்கையும் கைவிடப்பட்டதாக அமைய வேண்டும்.

முதலாளித்துவம் லாபத்தை மையமாகக் கொண்டு செயல்படுவதால் மூலதன குவியல் சாதாரணமாகவே அமைகிறது. இந்த மூலதன குவிப்பிற்கு நிலக்கரி கச்சா எண்ணெய் எரிவாயு புதைபடிவ எரிபொருள்களை அதிக அளவில் சுரண்ட வேண்டி இருக்கிறது. அதிக மக்கள் தொகைப் பெருக்கத்தால் சந்தையில் நுகர்வோர் அதிகமாவதால் நுகர்வுக் கழிவுகளும் ஒலி மாசும் அதிகமாகிறது.

முதலாளித்துவத்தின் பொருளாதார அம்சங்களை ஆய்வு செய்தால் அது குறிப்பிட்ட சமூக குழுமத்தில் வெற்றியாகவும் அதே

சமயம் தோல்வியின் அழிவாகவும் உள்ளதை மார்க்சியம் விளக்கியது. உபரிமதிப்பு எனும் ஊதியம் தரப்படாத உழைப்புச் சுரண்டலை லாபம் பார்க்கும் முதலாளித்துவச் சுரண்டலை விளக்கியது. லாபநோக்கிலான ஆதாயத்திற்கான உற்பத்தி முறைக்காக இயற்கையைச் சுரண்டும் போக்கு இந்த பூமியின் உயிர் பிழைப்பையே அச்சுறுத்துவதை விளக்கி வருகிறது

முதலாளித்துவத்தின் போக்குகள் தொடருமானால் அதனால் கட்டவிழ்த்துவிடப்பட்ட வெறும் உற்பத்தி சக்திகள் அழிவுச் சக்திகளாக உருமாறும் என்பதை மார்க்சியம் சொன்னது.

அது இன்றைய உலகமயமாக்கல் மற்றும் நவீன தாராளமயமாக்கல் சூழலில் தீவிரம் பெற்றுள்ளது. இதன் கீழ் வளர்ந்த மற்றும் வளரும் நாடுகளின் உற்பத்திகள் வெறும் பொருளாதார விரயமே தவிர மனிதனின் தேவைக்கான ஆக்கப்பூர்வமான பொருட்களை அது உற்பத்தி செய்யவில்லை. அரசு அக்கறை கொள்ளும் ராணுவம் விளம்பரம் நிதி மற்றும் காப்புறுதி தொழில் விரயம் ஆடம்பரம் நுகர்வு கலாச்சாரம் போன்றவற்றை கருத்தில் கொண்டே இயற்கை வளங்கள் திருடப்பட்டு பயன்படுத்தப்படுகின்றன.

முதலாளித்துவத்தில் அதன் பொருள் உற்பத்தி தேவையின் அடிப்படையில் என்று இல்லாமல் லாபத்தின் காரணமாக நடை பெறுவதால் உற்பத்தி இலக்கில் இருந்து விலகிச் செல்வதை மார்க்சியர்கள் குறிப்பிடுகிறார்கள்.

அடிப்படை தேவைக்கான திட்டமிட்ட உற்பத்தியே தேவைப்படுகிறது அது அல்லாமல் லாபத்திற்கான உற்பத்தி என்பது நீடித்த தேவைக்கானதல்ல. மார்க்சியம் வலியுறுத்துவது அடிப்படை வளர்ச்சிக்கான திட்டமிட்ட பொருளாதாரம் தவிர சந்தைப் பொருளாதாரம் அல்ல என்பதை மார்க்சியர்கள் தொடர்ந்து வலியுறுத்துகின்றனர்.

உற்பத்தியைப் பொதுவுடைமை ஆக்குவதில் அக்கறை கொள்ள வலியுறுத்தப்படுகிறது. உற்பத்தி உறவுகளை கேள்விக்குறியாக்கும் சமூக சூழலியல் புரட்சி என்பது தேவை என்று வலியுறுத்தப்படுகிறது. அது சார்ந்த சூழலில் சோசலிசம் என்பது பசுமையும் சிவப்பும் கலந்ததாக அமையும் என்பதும் மார்க்சீயர்களின் தீர்வுக்கான நிலைப்பாடாக அமைந்துள்ளது. இக்கட்டுரையின் ஆரம்பத்தில் தமிழகத்தின் பல்வேறு சுற்றுச்சூழல் பிரச்சனைகள் பற்றி குறிப்பிடப்பட்டுள்ளது அதில் சிலவற்றைப் பார்க்கலாம். முல்லைப் பெரியாறு கம்பம், தேனி மாவட்ட விவசாயிகளின் எதிர்காலத்தை வெகுவாகப் பாழாக்கும் வகையில் அணை பாதுகாப்பாக இல்லை என்ற தவறான கருத்தை கேரள

மாநிலம் முன்னிறுத்துகிறது. சிறுவாணி கேரள மாநிலத்தில் அடுத்தடுத்து பல ஆறுகளைத் தடுத்து அணை கட்டுவதால் கோவை மாவட்ட மக்களின் குடிநீர் பற்றாக்குறை காரணமான போராட்டமாக தொடர்ந்து கொண்டிருக்கிறது. சண்முக நதி, பழனி தாலுகா மாவட்ட விவசாயிகளின் வாழ்வாதாரப் போராட்டமாக இருக்கிறது. அவினாசி அத்திக்கடவு திட்டம் அவினாசி தாலுகா விவசாயிகளின் வாழ்வாதாரப் போராட்டமாக இருக்கிறது. நியூட்ரினோ தேனி மாவட்டத்தில் உள்ள மேற்குத் தொடர்ச்சி மலையை அழிவிலிருந்து பாதுகாக்க தொடர்ந்து போராட்டம் நடைபெற்றுக் கொண்டிருக்கிறது. தஞ்சை, திருவாரூர், நாகப்பட்டினம் மாவட்டம் முழுவதும் பாலைவனமாகும் சூழலில் ஹைட்ரோகார்பன் திட்ட பல பிரச்சினைகளைக் கொண்டு வந்துள்ளது. அணு உலை எதிர்ப்பை மையப்படுத்தி தொடர்ச்சியாக கூடங்குளத்தில் போராட்டம் நடைபெறுகிறது. ஒட்டுமொத்த தமிழகமும் மதுவுக்கு அடிமையாகிக் கிடக்கிறது. நீதிமன்றங்கள் மதுவுக்கு எதிரான கருத்துகளை கூறினாலும் தமிழக அரசு வருமானம் கருதி அதை நீடித்து வருகிறது. தொடர்ச்சியாக தமிழகம் முழுவதும் போராட்டக் களமாக மாறிவிட்டது. எதிர்கால தமிழ்நாடு பாலைவனமாக மாறும் சூழல் உருவாகியிருக்கிறது. இதிலிருந்து தமிழர்களுக்கு உணர்வு ஊட்ட வேண்டும். அதுவே போராடும் மனப்பான்மையை உருவாக்கும்.

போப் சூழலியல்

ஐக்கிய நாடுகளின் உணவு மற்றும் வேளாண்மை அமைப்பு உலக உணவு தின மையமாக "பருவநிலை மாறுகிறது, உணவும் வேளாண்மையும் மாற வேண்டும்" என்பதைத் தெரிவு செய்துள்ளது. பட்டினிக்கு எதிரான போரில் வெற்றி பெறுவதை மேலும் கடினமானதாகக் கருத வைக்கிறது, அதுவும் பருவநிலை மாற்றம் போன்ற ஒரு சிக்கலான சூழ்நிலையில் இயற்கை மனிதனுக்கிடும் சவால், மனிதன் இயற்கைக்கிடும் சவால் ஆகியவற்றை எதிர்கொள்வதைப் பொறுத்த மட்டில், நான் சில கருத்துகளை சிந்தனைக்கு முன்வைக்க விரும்புகிறேன்.

தற்போதைய பருவநிலை மாற்றத்திற்கான காரணம் என்ன? நம்முடைய தனிப்பட்ட மற்றும் கூட்டுப் பொறுப்புகளைக் கேள்வி கேட்க வேண்டும். புள்ளி விவரங்கள், முரண்பட்ட கணிப்புகள் போன்றவற்றின் பின்னால் ஒளிந்திருக்கும் எளிய கேள்விகளைக் கேட்க வேண்டும். இப்படிச் சொல்வதனால் அறிவியல் தரவுகளைப் புறக்கணிக்க வேண்டும் என்று அர்த்தம் அல்ல அவற்றுக்கான தேவை முன்பைவிட அதிகம் இருக்கிறது. ஆனால், வெறும் தரவுகள், அதன் விளைவுகள் என்று நின்று விடாமல் அதையும் தாண்டி நாம் பார்க்க வேண்டும்.

நம் ஒவ்வொருவருக்கும் இடையில் இருக்கும் தொடர்பு, படைப்பு மற்றும் அதன் ஒழுங்கின் பாதுகாவலர்களாக நமக்கிருக்கும் பொறுப்பு, இவையனைத்தும் தற்போதைய மாற்றங்களுக்கான வழித்தடத்தைக் கண்டறிந்து அதன் மூலத்திற்குச் செல்ல நம்மை இட்டுச் செல்கிறது. முதலில், பருவநிலையின் பல எதிர்மறை விளைவுகள், மக்கள், இனக்குழுக்கள், நாடுகளின் சீர்கெட்ட தினசரி நடவடிக்கை களினால் உருவானவை என்பதை நாம் ஒப்புக்கொண்டும், இதை அறிந்த பின்பு, நெறிமுறை மற்றும் தார்மீக அறம் சார்ந்த மதிப்பீடுகள் மட்டும் இதனைச் சரி செய்ய போதவே போதாது என்பதைக் கருத்தில் கொள்ள வேண்டும். அரசியல் தளத்திலும் நாம் இயங்கியாக வேண்டும். தேவையான சில முடிவுகளை எடுக்க, குறிப்பிட்ட சில வாழ்க்கை முறைகளை ஊக்குவிக்க அல்லது புறக்கணிக்க, எதிர்காலத் தலைமுறையின் நலம் பொருட்டு அரசியல் தளத்தில் இயங்குவது முக்கியமான ஒன்றாகும். இதன் மூலமே நாம் உலகைப் பாதுகாக்க முடியும்.

நாம் நடைமுறைப்படுத்த நினைக்கும் செயல்களைப் பொருத்துத் திட்டமிட வேண்டும். உணர்வின் விளைவாக இருத்தல் கூடாது. அவற்றைத் திட்டமிடுவது அவசியமாகும். இப்பணியில் தலைப் பட்டிருக்கும் அமைப்புகளின் பங்கு இன்றியமையாததாகும். பொதுமக்கள், பொது மற்றும் தனியார் அமைப்புகள், தேச மற்றும் சர்வதேச எந்திரங்களின் கட்டுக்கோப்பான பிணைப்பாகச் செயல்படும் போதே அவை திறன்மிக்கதாக அமையும். எனினும், இந்தப் பிணைப்பு பெயரற்றதாக இருக்க முடியாது. சகோதரத்துவத்துடன் மூல ஒற்றுமையின் அடிப்படையில் செயல்பட்டாக வேண்டும்.

கால்நடை, விவசாயம், மீன்பிடித் தொழில் ஆகியவற்றில் ஈடுபட்டிருக்கும் மக்கள், காடுகள் அல்லது கிராமங்களில் பருவ நிலை மாற்றத்தினுடைய விளைவுகளின் நேரடித் தொடர்புகளோடு வாழும் மக்கள், பருவநிலை மாற்றம் கொண்டால் தங்கள் வாழ்வும் பாதிக்கப்படும் என்பதைத் தெரிந்துள்ளனர். அவர்களின் தினசரி வாழ்வு சிக்கலான மற்றும் சில நேரங்களில் அதீத சூழ்நிலைகளால் பாதிப்படைகிறது, எதிர்காலம் கேள்விக்குள்ளாகிறது. இதன் தொடர்ச்சியாய் அவர்களின் வீட்டை, பிரியமானவர்களைக் கைவிடும் எண்ணமும் மேலெழத் தொடங்குகிறது. அமைப்புகளால், தொழில் நுட்பங்களினால், அவ்வளவு ஏன் - நம்முடைய எண்ண அளவிலே கூட கண்டுகொள்ளப்படாமல் கைவிடப்பட்ட உணர்வின் வலி இருக்கிறது.

மக்களின் இலாப நோக்கங்களுக்கும் பாதிப்பில்லாத வகையில் நாட்டுப்புற வாசிகளின் மரபார்ந்த அறிவைக் கொண்டு, நாம் நுகர்வு, உற்பத்தி சார் தர்க்கங்களிலிருந்து நம்மைத் தற்காத்துக் கொள்ளும் வாழ்க்கை முறையைக் கற்றுக் கொள்ளலாம். ஐக்கிய நாடுகளின் உணவு மற்றும் வேளாண்மை அமைப்பின் துறைகளில் பணியாற்று பவர்களுள் தங்களைச் சர்வ வல்லமை படைத்தவர்களாக எண்ணிக் கொள்ளக்கூடிய நபர்கள் கூடி உள்ளனர். பருவ மாற்ற சுழற்சியைக் கருத்தில் கொள்ளாமல், பல்வேறு விலங்கு மற்றும் தாவர வகைகளைக் குறைபட்ட வகையில் மாற்றியமைக்கவும் செய்கின்றனர். இதனால், உயிர்களின் பன்முகத்தன்மை அழிவுறுகிறது. ஓர் உயிர் இயற்கையில் உள்ளதெனில் அதற்கென்று பங்கு இருக்கும், இருந்தாக வேண்டும். ஆய்வகங்களில் அற்புதமான விளைச்சல்களைத் தரும் வகைகள் சிலருக்கு நன்மை அளிக்கும். ஆனால், மற்றவர்களுக்கு அது அழிவு தருவதாக அமையும். எச்சரிக்கை என்ற அளவில் மட்டுமே நம் கொள்கை முடங்கிவிடக் கூடாது. சமநிலையோடும் நேர்மையோடும் செயல்படும் முறையை நாம் வகுக்க வேண்டும். குறிப்பிட்ட ஒரு வகை

தாவரத்தின் மரபணுத் தேர்வு, உற்பத்தி அளவில் விரும்பத்தக்க நல்ல முடிவுகளைக் கொடுக்கலாம். ஆனால், தன் உற்பத்தி வளத்தை இழக்கும் நிலத்தைப் பற்றி நாம் கருத்தில் கொண்டோமா? தங்கள் கால்நடைகளுக்கான மேய்ச்சல் நிலங்களை இழக்கும் விவசாயிகளின் கதி, பயன்படுத்த முடியாதவாறு ஆகும் நீர் வளங்கள் எல்லாவற்றுக்கும் மேலாக எந்த அளவுக்கு நாம் பருவநிலையை மாற்றுகிறோம் என்ற கேள்வியையாவது கேட்டோமா?

தேவை எச்சரிக்கை உணர்வல்ல, ஞானம்; எதை விவசாயிகளும் மீனவர்களும் தங்கள் நினைவில் பாதுகாத்து தலைமுறை தலை முறைகளாக அளித்தார்களோ, எது இப்போது உலகில் ஒரு சிலருக்கு மட்டும் முழுமையாகப் பயனளிக்கக் கூடியதாக அமைந்திருக்கும் உற்பத்தி முறைகளால் ஏளனமாகப் பார்க்கப்பட்டும் மறக்கப்பட்டும் வருகிறதோ அதுவே ஞானம். நினைவில் கொள்ளுங்கள். இப்போதுள்ள முறைதான், அதன் எல்லா அறிவியல் கூறுகளைக் கொண்டிருந்தும், எண்பது கோடி மக்களைப் பட்டினியோடு உழல வைக்கிறது.

இவை போன்ற அவலங்கள் நீடித்திருப்பது, இந்த அமைப்பைப் போல பல்வேறு சர்வதேச அமைப்புகள் தினசரி எதிர்கொண்டு சமாளிக்கும் அவசரகால நடவடிக்கைகளில் நன்றாகவே பிரதிபலிக்கிறது. பருவநிலை மாற்றத்தை ஏதோ வானிலை ஆய்வோடு தொடர்புடையது என்று மட்டும் குறுக்கிவிட முடியாது. அது மக்களைத் தங்களின் இடம்விட்டு குடிபெயர வைக்கிறது என்பதை நம்மால் மறுக்க முடியுமா? பருவநிலை மாற்றத்தால் பெரிய அளவில் குடிபெயர்வுகள் நடந்துகொண்டிருக்கிறது என்கின்றன. சமீபத்திய ஆய்வுகள் பெருந்திரளான மக்கள் நிர்க்கதியாகிக் கொண்டிருக்கிறார்கள். இந்தப் பெரிய மனிதக் குடும்பத்தில் பங்கு பெற முடியாமல் தனித்து விடப்படுகிறார்கள். அவர்களுக்கான இடத்தை எந்த அரசாங்கமோ அதிகாரமோ வழங்க முடியாது. மனிதர் என்ற அளவிலேயே அவர்களுக்கு அதை எடுத்துக் கொள்வதற்கான கண்ணியமும் உரிமையும் இருக்கிறது.

அடிப்படை வாழ்வாதாரத்தை வேண்டி நிற்பவர்களைக் கண்டு மனம் கலங்கி நெகிழ்ந்தால் மட்டும் போதாது. சீரிய முடிவுகளும் நடவடிக்கைகளும் தேவை. சமத்துவமாக உணவை விநியோகித்தோம் என்றால் இந்த உலகில் அனைவருக்கும் உணவளிக்க போதுமான அளவு உற்பத்தி இருக்கிறது. நாம் இதைப் பலமுறை கத்தோலிக்க திருச்சபை வாயிலாகவும் சொல்லியிருக்கிறோம். ஆனால், இப்போது? தற்கால வணிக முறைகளின்படி உற்பத்தியை உணவு தவிர்த்து மற்ற பயன்பாட்டுகளுக்காக எடுத்துக்கொண்டால் என்ன செய்வது?

பட்டினியில் இருப்பவர்களுக்கு உணவைப் பெற வழியில்லாத வரையில், மற்றவர்களிடம் கையேந்தும் நிலையுள்ள வரையில், தேவைக்கும் நுகர்வுக்கும் இடையே சரியான சமன்பாடு உருவாகாத வரையில், உணவு வீணாவதைத் தடுக்காத வரையில், இப்போதுள்ள உணவு விநியோக இயங்குமுறை வெறும் கோட்பாட்டளவில் தான் சரியானதாக இருக்கும்.

இந்த மாற்றத்தில் நாம் அனைவரும் இணைந்து செயல்படுவது அவசியமாகும்; அரசியல் கொள்கை முடிவெடுப்போர், நிலத்தை உழுவோர், மீன் பிடிப்போர், காடுகளைப் பயன்படுத்துவோர் என ஒவ்வோருவரும் அவரவர் பொறுப்புகளை உணர்ந்து ஒரே நோக்குடன் செயல்பட்டால், வளர்ச்சி வெறும் ஒரு சிலருக்கானதல்ல, படைப்பில் உருவான பொருட்கள் எதுவும் அதிகாரம் படைத்தவர்களின் வம்சச் சொத்தல்ல என்ற நிலையை உருவாக்கலாம். எவ்வளவோ ஆக்கப் பூர்வமான வழிமுறைகளும் சிறந்த பழக்கங்களும் இருக்கின்றன.

நாம் செயல்படுவதற்கான ஆசை, அந்த செயலால் விளையும் பயன்களைக் கருதி அமையக்கூடாது. மாறாக, மக்களின் வாழ்விற்கும் ஒட்டுமொத்த மனித சமுதாயத்திற்குமான அவசியத் தேவையோடு தொடர்புடையது அது என்ற புரிதல் வேண்டும். ஆன்மீகமோ அல்லது பொருள் தேடலோ, எதுவாயினும் அது ஒரு சிலரின் முடிவுகளுக்கேற்ப அமைவதல்ல. மனிதர், மனித உயிர் இவை ஒன்றும் சோதனைக் கருவிகள் அல்ல உணவென்பது வெறும் பொருளீட்டுவதற்கான கருவி அல்ல. அப்படிப்பட்ட சிந்தனையே உணவை வீணாக்க வைக்கிறது. ஒவ்வொரு மனிதரும் தேவையான அளவுக்கு ஆரோக்கியமான உணவை உண்ண உரிமை இருக்கிறது என்பது இயற்கை விதி. ஒற்றுமைப் பண்பை நடை முறையில் பொருளாதாரத்திற்குப் பங்களிக்கும் ஒன்றாக, சகோதரத்துவத்தை உள்நாட்டு மற்றும் சர்வதேச ஆட்சிமுறையின் அடிநாதமாக ஆக்க அவை செயல்படும் என்று நம்புகிறேன். அதில் சாமானிய மற்றும் விளிம்புநிலை மக்களைப் பெரிதும் பாதிக்கக்கூடிய பருவநிலை மாற்றம் குறித்த அக்கறைகளும் பயங்களும் பதட்டங்களும் கலந்திருக்கின்றன.

(போப் போன் பிரான்சிஸ் கடிதம் 2016. தமிழில்: சுப்ரபாரதிமணியன்)

விதவிதமான "பாலை"

பலவகைப் பாலைகளை இன்றைய நிலையில் பார்க்க வேண்டியுள்ளது.

சமீபத்தில் பார்த்த நீலகிரியில் அவலாஞ்சி பகுதி இன்னொரு வகையில் பச்சையைப் பாலையாக்கியுள்ளது தெரிய வந்தது.

நீலகிரி பகுதிகளில் காணப்படும் கவர்ச்சியான ஸ்கார்ட் புரூம் "செடிகளால் நீர் தேங்காமல் சிரமத்தைத் தருகிறது. இந்தச் செடி நீரை தேக்காமல் வழிந்து விடச் செய்யும். புல்வெளிகளைப் போர்த்தியபடி இருக்கும். இந்தச் செடி இயற்கையாக அமைந்த ஓடைகளை வறளச்செய்யும். தண்ணீரை உறிஞ்சி நதிகளின் நீர்ப் பிடிப்பை வறண்டு போகச் செய்யும்."

இதனால் நீலகிரி மலையின் பவானி நதி நீர்ப் பகுதி அழியும் அபாயம் உள்ளது. இந்தப் பகுதியின் புற்கள் மழைக்காலத்திலும் பனிக்காலத்திலும் வேர்களில் நீரைப் பிடித்து வைத்துக் கொண்டு நீர்ப் பசையுடன் இருக்கச் செய்யும். ஆனால் ஸ்கார்ட்புரூம் என்னும் இந்தச் செடி புல்வெளிகளை மறைத்து மஞ்சள் பூக்களுடன் பூத்துக் குலுங்கி காட்சியளிக்கும். மஞ்சள் படர்ந்த காட்சியாகவும் வறட்சி காலங்களில் மரநிறத்திலும் இருக்கும். பவானி நதி நீர்ப் பிடிப்பு பகுதிகளில் 100 ஆண்டுகளுக்கு முன் வைக்கப்பட்ட சீகை, கற்பூரம், சவுக்கு, லண்டானா மாமெரா போன்ற களைச் செடிகளும் சோலைக் காடுகளும் அடர்ந்து மழைநீரை சேமித்து மெல்ல நீரோடைகளை உருவாக்கும். ஆனால், இது ஐரோப்பாவிலிருந்து இங்கு வந்திருக்கும் களைச்செடி நீரை உறிஞ்சுகிறது. இந்தப் பகுதி நீரின்றி வறண்டு போகிறது. அந்தப் பகுதியில் இருக்கும் கடமான்களுக்கு புல் கிடைக்காததால் அவற்றின் நடமாட்டம் குறைந்து அவற்றின் இனப்பெருக்கம் பாதிக்கப்படுகிறது.

இவை பார்ப்பதற்கு மஞ்சள் வழியாகவும் புகைப்படங்கள் எடுக்க ரம்மியமாக இருக்கும். இவற்றை அகற்ற சரியான நிதி உதவி கிடைக்காததால் விரிந்து போய்க்கொண்டே இருக்கிறது. இதனால் கடமான்களின் நடமாட்டம் குறைகிறது. இந்த மஞ்சள் பூக்கள் அழகு ஆபத்தாகி வருகிறது. மேலும் சில பகுதிகளில் இந்த மஞ்சள் பூக்கள் வெகு விரைவாகப் பரவி அப்பகுதிகளை தாக்கும் அபாயம் விரிந்து கொண்டே இருக்கிறது. மனிதன் நுகர்வுத் தீவிரத்தில் எல்லாவற்றையும் புறந்தள்ளிக் கொண்டிருக்கிறான். இயற்கையின் சமன்பாடு குலைந்து பூமி சூடாகிக் கொண்டிருக்கிறது.

பலவகைப் பாலை நிலங்களை இன்றைய நெருக்கடியில் பார்க்க வேண்டியதாகியுள்ளது. புதுப் புது "பாலை" களை உருவாக்கிக் கொண்டிருக்கிறார்கள். சமீபத்தில் பெய்த கோடை மழையில் (பருவமழை என்பது இல்லாமல் போய் விட்டது. குறைந்த காற்றழுத்த மண்டலங்களாலேயே மழை என்றாகி விட்டது) கொங்கு மண்டலத்தின் நகரங்களில் மழை அளவு அதிகமாக இருந்தது. நகரங்களைச் சுற்றியுள்ள பல ஆயிரம் அடிகளுக்கு ஆழ்குழாய்கள் போட்ட விவசாயம் செய்து வரும் நகரங்களைச் சுற்றியுள்ள விவசாயப் பகுதிகளில் மழை அளவு குறைவாக இருந்தது.

நிலத்தடி நீர் அதிகம் இருக்கும் பகுதிகளில் மழையின் அளவும் அதிகமாக இருக்கிறது. நகரப் பகுதிகளில் மழை அளவு அதிகமாக இருப்பதற்குக் காரணம் நகரங்களில் நிலத்தடி நீர் அளவு அதிகரித்திருப்பது என்ற தகவல் ஆச்சரியமளிக்கலாம். கொங்கு நகரங்களில் சமீப ஆண்டுகளின் அபரிமிதமான மக்கள் குடியிருப்பாலும், அதிக மக்கள் தொகையாலும் வெளியேறும் கழிவு நீர் போன்றவை நிலத்தடி நீர் மட்டத்தை அதிகரிக்கச் செய்திருக்கின்றன. சாயப் பட்டறைகளின் சாயக் கழிவுகளின் வெளியேற்றமும், சாய நீரும் நிலத்தடி நீரோடு கலந்து நிலத்தடி நீர் மட்டத்தை அதிகரித்துள்ளன.

ஆனால், இவ்வகை நிலத்தடி நீர் எந்த வகை உபயோகத்திற்கும் லாயக்கற்றது. உப்புத்தன்மை அதிகமாக இருப்பது. நிலத்தடி நீர் அளவு அதிகம் என்பதால் நகரப் பகுதிகளில் சமீபமாய் மழை அளவும் சமீப ஆண்டுகளில் அதிகரித்திருக்கிறது. இது எந்த வகையிலும் பயனற்றதாகவே போய் விடுகிறது.

நீர் இருந்தும் பலனில்லாமல் போகிற நீர் பாலைத் தன்மையால் இவ்வகை மழைப்பொழிவும் பயனற்றதாகவே அமைந்து விடுகிறது.

பரவலாக சமமான மழை என்பது இல்லாமல் போய்விட்டது. நீர் வழித்தடங்களுக்கு இடையிலான முகட்டுப்பகுதி என்பது பராமரிக்கப்படுவது அவசியம். முகட்டுப் பகுதியில் முன்பு மழைப் பொழிவு அதிகமாக இருந்தது. நதிப்பகுதிகளில் குறைவாக இருந்தது. முகட்டுப் பகுதியிலிருந்து சரிந்து வரும் நீர் வழித்தடங்களைச் சுலபமாகச் சென்றடையும். மண்ணிற்குக் கீழ் அமைந்த பாறையமைப்பு (மென்மையானப் பாறைகளும், கடினப் பாறைகளும் உயர்ந்தும் தாழ்ந்தும் பரவி நிற்பது) நீர் ஓட்டத்திற்கு ஏதுவாக இருந்திருக்கிறது.

முகட்டுப் பகுதியில் நிலத்தடி நீர் பெருமளவில் உறிஞ்சப்பட்டதால் தாழ்வுப் பகுதியிலிருந்து உயரமானப் பகுதியில் நிலத்தடி மட்டத்திற்கு நீர் செல்கிற வாய்ப்பு இன்று அதிகரித்து விட்டது. இதன் விளைவாய்

நீர்க்கால்களின் திசைமாறல் சுலபமாகி விட்டது. சுற்றுப்பகுதியில் மாசு நீர் இருந்தால் நல்ல நிலப்பகுதிக்கும் இதன் காரணமாக மாசு நீர் ஊடுருவுகிறது. இதனால் மாசும் பரவுகிறது. ஆயிரம் அடி ஆழ்குழாய் கிணறு போட்டு விவசாயம் செய்கிற நிலத்திற்கு இந்த நீர் ஊடுருவுகிறது. விவசாய நிலப்பகுதி முன்பு மாசற்ற நீர் கொண்டதாக இருந்த போதிலும் இவ்வகை ஊடுருவலால் மாசடைந்த நீர் கொண்ட பகுதியாகி விடுகிறது. ஆழ்குழாய்க் கிணறு மூலம் நீரை இறைத்து விவசாயம் செய்கிறவன் நிலம் மாசுபட்டு பயிர்கள் புது மாசு நீராய் கருவி விடுகின்றன. வெளிப்படையாக நீர் உள்ள பகுதி என்று தோன்றினாலும் பயிர்கள் விளைச்சலின்மைக்குக் காரணங்களாகி விடுகின்றன.

நொய்யல் நதிப்பகுதிகளில் இருக்கும் சாயப்பட்டறைகள் 50 கி.மீ. நீளம் 20 கி.மீ. அகலம் என்று 1000 சதுர கி.மீ. பரப்பிற்கு நீரையும், நிலத்தடி மட்டத்தையும் மாசுபடுத்திவிட்டன. பவானி நதிக்கும், நொய்யல் நதிக்கும் இடையிலான 55 கி.மீ. தூரமும் இவ்வகை ஊடுருவலால் மாசடைந்து விட்டது. நொய்யல் நதிக்கு 25 கி.மீ. தூரத்தில் உள்ள அமராவதி நதியும்; நொய்யல் கோவையிலிருந்து பயணம் செய்ய கொடுமுடி தென்பகுதிக்குப் பின் காவேரியில் கலக்குமிடம் வரைக்கும் இவ்வகையில் சுலபமாக மாசுபட்டு விட்டது. சாயத் தண்ணீரால் நிலத்தடி நீர் மட்டம், அதிகரித்து இவ்வகைப் பகுதிகளில் மழைப் பொழிவு சற்று அதிகம் இருந்தாலும் பயனற்றதாகவே இருக்கிறது.

இயற்கை சமச்சீர் தன்னை பாதுகாத்துக் கொள்வதற்கான வாய்ப்புகள் குறைவதும், இயற்கை தன்னை விரிவுபடுத்துவதற்கான வாய்ப்புக் குறைவதும், நீர் வழித்தடங்கள் முகட்டுப் பகுதிகளுக்கு மாற்றப்படாததும், முகட்டுப் பகுதிகளிலிருந்து நீரை உறிஞ்சி வெளியேற்றப்படுவதும் அபாயகரமானவையாக அமைந்து விட்டன.

இயற்கை வேளாண்மை சார்ந்த வா.செ.சாமியப்பன் போன்றவர்கள் மேட்டுப் பகுதிகளில் நதிநீர்த்தடங்கள் காக்கப்பட வேண்டும் என்பதை அதிகம் வலியுறுத்தி வருகிறார்கள். பூமியின் நிலப்பரப்பில் காடுகள் அழிந்துவரும் நிலை காரணமாக மழை சுலபமாக ஆவியாகி விடுகிறது. மழையைக் கவரும் மரங்களாக பால் வடியும் மரங்கள் எண்ணப்படுவதால் ஆலமரங்களை நட்டனர். ஓர் ஆலமரம் பத்து மரங்களுக்கு ஈடு. ஆலமரங்கள் குறியீடுகளாய் வானத்தை நோக்கி எங்கும் விரிந்திருந்த காலம் கனவாகி விட்டது. நல்ல மழைப் பொழிவைப் போல நீர் இருந்தும் பயனில்லாது போகிற நீர்ப்பாலைத் தன்மையால் நகரங்கள் தத்தளிக்கின்றன.

சூழலியல் அடிப்படை வாதமும், சுற்றுச்சூழலை மையமாகக் கொண்ட சமீபத்திய 2018ன் இரு படங்களும்

மத வாதத்தை அடிப்படைவாதம் இன்றைக்கு பிரதானமானதாக இந்தியச்சூழலில் பேசப்படுகிற சூழலில் கலாச்சாரம், பொருளாதாரம், விஞ்ஞானம் என்று பல தளங்களிலும் அடிப்படை வாதம் புரையோடிக் கிடக்கிறது. இன்றைய இந்தியச்சூழலில் சூழலியல் என்பது அரசியல் பொருளாதாரத்தோடும், தொழில் வளர்ச்சியோடும் பின்னிப் பிணைந்திருப்பதைக் காணமுடிகிறது. எந்த நாட்டுச் சமூகத்தின் நிலையான வளர்ச்சிக்கும் சுற்றுச்சூழல் பாதுகாப்பு என்பது முக்கியப் பங்காற்றுவது கவனத்தில் கொள்ளப்பட்டிருக்கிறது.

தனிநபர் நுகர்வு என்பது பல சிக்கல்களுக்குக் காரணம். நுகர்வு கலாச்சாரம் உணவுப்பழக்க வழக்கங்களைச் சிதைத்து விட்டது. புற்றுநோய் சாதாரண விசயமாகி விட்டது. இளம் வயது குழந்தைகளும் பெருமளவில் பாதிக்கப்படுகிறார்கள். சுற்றுச்சூழல் பாதுகாப்பு குறித்த பிரச்சினைகளை கவனத்தில் கொண்டு வந்துள்ள இரு படங்கள் பற்றி:

'எ டிரான்ஸ்லேட்டர்'.

க்யூபா நாட்டைச் சேர்ந்த இரு சகோதரர்கள் தங்கள் பெற்றோரின் வாழ்க்கையைப் பதிவு செய்த திரைப்படம்தான் 'எ டிரான்ஸ்லேட்டர்'. செர்னோபில் அணு உலை விபத்தில் பாதிப்படைந்த குழந்தைகள் ரஷ்யாவில் சிகிச்சை பெற முடியாமல் பலர் க்யூபாவில் உள்ள மருத்துவமனைகள் சிகிச்சைக்கு வந்தனர். அதில் புற்றுநோயால் பாதிக்கப்பட்ட சில குழந்தைகளைப் பற்றி இப்படம் பேசுகிறது.

அந்தக் குழந்தைகளில் ஒரு குறிப்பிட்ட சிறுமி மற்றும் அவளது தாயாருக்கும், மருத்துவர்களுக்கும் நடக்கும் உரையாடல்களை மொழி பெயர்க்கும் பணியில் படத்தின் நாயகன் ஈடுபடுகிறார். பல்கலைக்கழகத்தில் ரஷ்யன் மொழிப்பிரிவில் பணியாற்றும் அவனுக்கு இந்த வேலை சவாலாகவும் விளங்குகிறது. அந்தக் குழந்தைகளுடன் ஒன்றிணைந்து போகிறான். அவர்களின் துயரம் அழுத்திக் கொண்டே போகிறது. இது குடும்பச் சூழலில் அந்நியமாக்கலைக் கொண்டு வருகிறது. கர்ப்பமான மனைவியையும் சரியாக கவனிக்க முடிவதில்லை. முதல் குழந்தையை

வீட்டில் பராமரிப்பதிலும் சிரமங்கள். வீட்டை விட்டு விளையாட்டாய் வெளியில் சென்றுவிடும் குழந்தையை கவனிக்காதது குற்றமாய் அவன் மீது கவிழ்ந்து விடுகிறது. இன்னொரு கர்ப்பம் என்பதை அவன் மகிழ்ச்சியுடன் ஏற்றுக் கொள்வதில்லை. புற்று நோயால் பாதிக்கப்பட்ட சில குழந்தைகளுக்கு கதை சொல்லுவது, ஓவியப்பயிற்சிகள் வெவ்வேறு நடவடிக்கைகளால் அவர்களின் இயல்பு நிலையை மாற்றுவது என முயல்கிறான். குழந்தைகளுக்குத் தரப்படும் கொடுமையான ஹீமோதரபி சிகிச்சைகள், அவர்களின் உடல் ரீதியான சிரமங்கள் அவனை பதற்றத்துக்குள்ளும் மனச் சோர்வுக்குள்ளும் தள்ளுகின்றன. தூக்கமின்மை மாத்திரைகளையும் மதுவையும் நாடச்செய்கிறது. மனைவி பிரிந்து போகிறாள்.

புற்றுநோயால் பாதிக்கப்பட்ட குழந்தைகளின் சாவு அவனை வெகுவாகப் பாதிக்கிறது. மனைவியின் வீட்டிற்குச் சென்று சமரசத்திற்கு முயல்கிறான். மாமனாரும் ஒத்துழைப்பதில்லை. அவர்களுடனான சேவையில் காலத்தைத் தள்ளுகிறான்...கிங் ஆப் கிட்ஸ் என்று அவனுக்குச் செல்லமாய் கிடைக்கும் பெயர் அவனுக்கு ஆறுதல் தருகிறது.

சோவியத் ரஷ்யாவிலிருந்து அதிபர் கோர்பச்சேவ் கியூபாவிற்கு வருகை தரும் காட்சியில் துவங்குகிறது திரைப்படம். இரட்டை கோபுரம் தகர்க்கப்பட்ட போது சிகிச்சைக்காக கியூபா வந்து சென்றவர்கள் பற்றிய மைக்கேல் மூரின் ஆவணப்படமும் கியூபா மக்களின் கருணை உள்ளத்தையும் மருத்துவ சிகிச்சையில் கியூபாவின் தரத்தையும் சொல்லியிருந்தது.

இயக்குநர்கள் ரோட்ரிகோ & செபாஸ்டியன். இப்படத்தின் கதாநாயகனின் மகன்கள் அணு உலைக்கு எதிரான ஒரு முக்கியக்குரலை இப்படம் எழுப்புகிறது.

வுமன் அட் வார்: சுற்றுச்சூழலுக்கு எதிராக பெரும் தொழிற்சாலைகள் அமைதலுக்கு எதிரான ஒரு குரலை இப்படம் அழுத்தமாகத் தெரிவிக்கிறது. இயற்கையை வழிபடும் இந்தியத் தத்துவங்களுக்கு மத்தியில் அதை நாசமாக்கும் போக்கும் தொடர்கிறது. இயற்கையை அழிக்கிற செயல் என்பது முதலாளித்துவ வளர்ச்சிக்கு பெரிதும் துணையாக இருக்கிறது.

இதையும் ஒரு முக்கிய அரசியல் படமாகக் கொள்ளலாம். இசை இயக்குனர் ஹாலா (வயது 49) அய்ஸ்லேண்ட் மலைப்பகுதியில் அமைந்த மிகப் பெரிய அலுமினியத் தொழிற்சாலை சுற்றுச்சூழலுக்கு

கேடாய் இருப்பதை எதிர்க்கும் விதமாய் மின் இணைப்பை வெவ்வேறு வகைகளில் துண்டித்து விடுவதையும் அதைக் காவல்துறையினர் கண்டுபிடிக்காமல் திணறுவதும் சுவாரஸ்யம். ஹாலாவுக்கு மலைமகள் என்ற பெயரும் இருக்கிறது. அதை அவர் தக்கவைத்துக் கொள்ள வேண்டும் அல்லவா. அதீத மின் பயன்பாடு, சுற்றுச்சூழல் கேடும் பல குறிப்புகளால் படத்தில் காட்டப்படுகிறது. சீனர்கள் அப்பகுதியில் மீண்டும் முதலீடு செய்ய மறுப்பது அரசையும் காவல் துறையையும் எரிச்சல் ஊட்டுகிறது. அவ்வப்போது மின்துண்டிப்பை ஹாலா செய்வதும் காவல்துறையின் கண்காணிப்பில் இருந்து தப்ப அவர் செய்யும் முயற்சிகளும் பதைபதைக்க வைப்பவை. உக்ரேனில் இருந்து ஒரு நல்ல செய்தியும் ஹாலாவுக்கு வருகிறது, அவளின் குழந்தைத் தத்தெடுப்பிற்கு வரும் கடிதம் அவளுக்கு ஆசுவாசம் தருகிறது. தாய்மையை உணர ஒரு சந்தர்ப்பம் என்றே நினைக்கிறார். அங்கிருந்து தப்பிக்க நினைக்கிறாள். அவரின் இன்னொரு சகோதரி ஆஷாவுக்கு யோகாவில் ஈடுபாடு, அவர் இந்தியாவில் மகரிஷி ஆசிரமத்திற்கு இரண்டாண்டுகள் சென்று தங்கும் ஏற்பாட்டில் இருக்கிறார். ஆன்மீகத் தளத்திலும் உள் நோக்கிய சிந்தனையிலும் அவரின் தேடல் இருந்து கொண்டே இருக்கிறது. அவரின் சுவற்றில் இருக்கும் காந்தி, நெல்சன் மண்டேலா படங்கள் ஹாலாவுக்கு ஆதர்சமாகி பல செயல்களுக்கும் தூண்டுகிறது. ராபின்ஹுட் பாணியில் ஹாலாவின் செயல்பாடுகளும் அமைகின்றன. ஹாலா தப்பிப்பதற்கு ஆஷா உதவுகிறார் தன்னை அவராக காவல்துறையினரிடம் ஒப்படைத்துக்கொண்டு பெரும் தொழிற்சாலைகள் சுற்றுச்சூழலுக்கு கேடாய் இருப்பதை ஒரு ஆட்டிடையன் கூட (காவல்துறை பெருத்த வாகனங்களைக் கொண்டு மலைப்பகுதியில் ஹாலாவைத் தேடும்போது) தன் ஆட்சேபணையைத் தெரிவிக்கிறான். அது போன்ற ஆட்சேபணைக் குரல்களால் நிரம்பியிருக்கிறது இப்படம். ஹாலாவின் செயல்களுக்கு ஒத்திசைவாய் உக்ரேன் இசைக்குழு ஒன்று அவ்வப்போது படத்தில் வந்து போவது பல குறியீடுகளின் தொகுப்பாக இருக்கிறது.

கழிவு நீர் மேலாண்மை

நோட்டா கழிவு நீருக்கு... ஓட்டு சுத்திகரிப்பு நீருக்கு

நாம் குடிப்பது கழிவுநீர் தானே..! கழிவு நீர் மேலாண்மை:

பருவமழை பெய்கிறது. தண்ணீரும் பாய்ந்து ஓடி ஆறு, குளம், குட்டை, ஏரிகளில் கலக்கிறது. ஆனாலும் அவற்றை குடிநீராகப் பயன்படுத்த முடிவதில்லை. கார்ப்பரேட் கம்பெனிகளால் கழிவு நீராக்கப்பட்ட நீரை சுத்திகரித்து குடிநீராகக் குடித்துக் கொண்டிருக்கிறோம்.

அய்ம்பது ஆண்டுகளுக்கு முன்பு வரை தமிழகம் முழுவதும் ஆறு, குளம் குட்டை கால்வாய்கள் அனைத்திலும் நல்ல தண்ணீராகவே இருந்தது. ஆனால், இன்றைக்கு அனைத்தும் சாக்கடை நீராக மாற்றப்பட்டு விட்டது. இது எப்படி நடைபெற்றது. கழிவுநீர் மேலாண்மையைச் சரியாகச் செய்யாததே காரணம். நல்ல தண்ணீரில் மீன், தவளை, புழு, பூச்சி என் அனைத்தும் வாழ்ந்து தண்ணீரைச் சுத்தப்படுத்தின. ஆனால், தொழில் வளர்ச்சி என்ற பெயரில் கழிவுநீரை நல்ல தண்ணீரில் கலந்து விட்டு நீர் வாழ் உயிரினங்களை அழித்து விட்டோம். சாக்கடையான கழிவு நீரை நிலத்தடியில் படிப்படியாக இறக்கி குடிப்பதற்கு தகுதியில்லாத நீராக மாற்றி விட்டோம். இன்றைக்கு தொழில்நுட்பம் என்ற பெயரில் சுத்திகரித்து குடித்து வருகிறோம்.

நன்னீர் ஆறுகளும், குளங்களும், ஏரிகளும், குட்டைகளும் சாக்கடை நீராக ஆக்கப்பட்டுவிட்டன. நிலத்தடி நீரை ஆழ்துளைக் கிணறுகள் அமைத்து உறிஞ்சுவதோடு அல்லாமல் நிலப்பரப்பில் ரசாயனங்களைத் தூவி குடிப்பதற்கு தகுதியில்லாத நீராக மாற்றிவிட்டோம். பின்னர் அந்தக் கழிவுநீரையே சுத்திகரித்து குடித்துக் கொண்டும் இருக்கிறோம். இதற்கெல்லாம் கழிவுநீர் மேலாண்மையை சரியாக செய்யாததே காரணம்.

சிங்கப்பூரில் திருப்பூர்காரரர் ஒருவரைச் சந்தித்து உணவு விடுதி மேசையில் உட்கார்ந்து பேசிக்கொண்டிருக்கும் போது எதிரில் இருந்த மினரல் வாட்டர் பாட்டிலைப் பார்த்தபடி அவர் சொன்னார்:

"திருப்பூர்க்காரரர்கள் சாயப்பட்டறை நீரை கழிவு நீரை இப்படி பாட்டிலில் அடைத்து குடிக்கும் காலம் பத்து ஆண்டுகளில் வந்தாலும் ஆச்சர்யமில்லை" என்றார். திருப்பூரின் சாயம் சார்ந்த சுற்றுச்சூழல்

பிரச்சினை, கழிவு நீர் மேலாண்மையில் அக்கறையில்லாதது குறித்து கோபத்தில் அவரின் வார்த்தைகள் என நினைத்தேன்... சிங்கப்பூர் உணவு விடுதியில் உட்கார்ந்ததும் நம் ஊர் போல் தண்ணீர் தர மாட்டார்கள். "தண்ணீ என்ன வேணும்" என்று கேட்பார்கள். மினரல் வாட்டரா, குளிர்பானமா, பீரா என்ற கேள்வி அதில் இருக்கும்.

"இங்க இருக்கற மினரல் வாட்டர் அல்லது குடிக்கிற நீர் எங்க கழிவு நீரிலிருந்து தயாரிக்கப்பட்டது எங்களின் 20 சதவீதம் குடிநீர் இப்படித்தான் கழிவு நீரிலிருந்து எடுக்கப்பட்டு பயன்படுத்தப்படுகிறது. வழக்கமாய் மலேசியாவிலிருந்துதான் சிங்கப்பூருக்கு குடிநீர் கொண்டு வரப்படுகிறது. இங்கு வீட்டுக் கழிவு நீரை ஒன்றிணைத்து கடலில் கலக்க வைத்து இவர்கள் எதிர்கொண்ட சுற்றுச்சூழல் பிரச்சினைகள் தனி" என்றார்.

சிங்கப்பூரில் இருக்கும் பல பறவைகள் சரணாலயங்களுக்கும் காட்டுப்பகுதிகளுக்கும் சென்றால் அவர்கள் கழிவு நீர் மேலாண்மையில் அக்கறை கொண்டு சக உயிரினங்களோடு எவ்வளவு மகிழ்ச்சியாக வாழ்கிறார்கள் என்பது தெரியும்.

2030இல் இந்தியா குடிநீர் பற்றாக்குறை நாடாகும் போது கழிவுநீரிலிருந்து குடிநீர் தயாரிப்பது கட்டாயமாகிவிடும். கடல் நீரிலிருந்து குடிநீர் தயாரிப்பது கானல் நீர்போல் இருந்து கொண்டே இருக்கிறது. அதற்கு ஆகும் செலவு மிக அதிகம்.

தொழில்நுட்பங்களும், தேவையும் கழிவு நீரை சுத்தமாக்கி குடி நீராகவும் விவசாயத்திற்கும் வீட்டு உபயோகத்திற்கும் பயன்படுத்த உந்திக்கொண்டிருக்கின்றன. வீட்டுக்கழிவு நீரை (கழிப்பறை, குளியலறை, சமையலறை) உண்டாகும் இடத்திலேயே மூடிய நிலையில் வைத்து நுண்ணுயிர்கள், பூஞ்சைகள், அவற்றின் நொதிகளைக் கொண்டு சுத்திகரிக்கும் உயரிய தீர்வை தண்ணீர் பற்றாக்குறை உள்ள பல நாடுகள் பின்பற்ற ஆரம்பித்து விட்டன. நெருக்கடி சூழல்கள் நம்மையும் நெருக்குகின்றன் அதை நோக்கி.

திருப்பூர் நொய்யல் முதல் சென்னை சைதாப்பேட்டை பகுதிவரை தெளிந்த நீர் ஓடியதை குளிக்க, குடிநீருக்கென்று பயன்படுத்திய காலம் இருந்தது. இன்று திருப்பூரின் நொய்யல் சாயப்பட்டறை கழிவு களாலும் வீட்டு கழிவு நீர் பெருக்காலும் ஓடுகிறது. சைதாப்பேட்டையில் கழிவு நீரே கருத்த சாக்கடையாக ஓடுகிறது.

நிலத்தடி நீரின் மாசுபாட்டால் நிலத்தடி நீரின் ருசி மாறிப்போய் விட்டது. குளோரின் கலந்த நீரே எல்லாருக்கும் என்றாகிவிட்டது

கோவையின் அத்திக்கடவு நீரின் ருசி அதை ஓடும் தங்கம் என்று சொல்ல வைக்கும். தங்கம் என்றாலே விலை உயர்வுதானே. தண்ணீருக்கும் இந்த விலை உயர்வு எப்போதும்தானே. அல்லது நெல்லிக்காய் போட்டு வைத்த ருசியா. திருச்செந்தூர் நாளிகிணற்று நீர் கடலின் அருகில் இருந்தாலும் உப்பு கரிக்காமல் ருசியுடன் இருப்பது தமிழ்க்கடவுள் முருகனின் அருமை என்றார் என் மனைவி. ராமேஸ்வரத்தில் இருக்கும் 27 தீர்த்தங்கள் ஒவ்வொன்றும் ஒவ்வொரு ருசி அதற்கெல்லாம் காரணம் நிலத்தடி நீர் அந்தந்த இடத்தின் தன்மை, ருசியால் அமைந்திருப்பது தான். இந்த அளவிலான நிலத்திற்கென்றான ருசி இன்று இல்லாமல் போய்விட்டதற்கு கழிவுநீர் நிலத்துள் சென்று கலப்பதேயாகும். முன்பெல்லாம் கழிவு நீரைத் தேக்க கண்மாய்கள் இருக்கும் இப்போது நதிகள் கழிவுகளின் ஓட்டமாகிவிட்டது. திருப்பூரில் நொய்யலில் ஓடும் சாயப்பட்டறை நீரைத்தேக்க ஒரத்துப்பாளையம் அணை என்று ஒன்று வந்து ரொம்ப காலமாகிவிட்டது.

சாதாரண தொழில் நுட்பத்தில் கழிவு நீர் குடிநீராகி விடும் அல்லது பயன்பாட்டிற்கான நீராகி விடும். கழிவு நீர்த் தொட்டி அமைக்கையில் வாஸ்து பார்ப்பதில் உடன்பாடு இல்லாமல், தெற்குதான் சரி, கிழக்குதான் சரி என்று அது கட்டப்படாமல் இருக்கும் பல வீட்டுக்கதைகளும் உள்ளன.

குடிநீர் பிரச்சினையின் முக்கிய சவால் இந்தக் கழிவு நீர்தான். கழிவு நீர் மேலாண்மை இந்தப் பிரச்சினையைச் சுலபமாக்கிவிடும். கிராமம், ஊராட்சி என்று ஆரம்பித்தால் போதும் சரி செய்து விடலாம். பாக்டீரியாக்கள் எதிலிருந்து உருவாகிறது என்பது ஆச்சரியமான விஷயமாகும். அவற்றை உருவாக்க எந்த ஆராய்ச்சிக்கூடமும் வேண்டியதில்லை. சாதாரணமாக நாம் பார்க்கும் குதிரையின் சாணத்தில் அந்த வகை பாக்டீரியாக்கள் தாமாகவே உருவாகும். பேசில்லஸ் பாக்டீரியாக்கள் அல்லது நொதிக்க வைக்கும் என்சைம்கள் தயார். அவற்றை வாங்கி குறிப்பிட்ட நாட்களுக்கு ஒருமுறை கழிவறை பேஸினுக்குள் போட்டு, தண்ணீர் ஊற்றிவிட்டால் அவை உள்ளே சென்றுவிடும்.

இன்னொருவர் சொன்னது அனுபவத்தில்: அதேமாதிரி, உதிர்கிற இலை, பூக்கள் எல்லாத்தையும் ஒரு மூலையில் போட்டு சாணத்தைக் கரைச்சு தெளிச்சுவிட்டா, அதுல மண்புழுக்கள் உருவாகிடும். அதை வெச்சு மண்புழு உரம் வரும். செப்டிக் டாங்க் கழிவு நீர்ல 'பேசிலஸ் சப்டாலிஸ்'ங்கிற பாக்டீரியாவைக் கலந்து, அந்தத் தண்ணீரை நேரடியா செடிகளுக்கு விடலாம். இந்த பாக்டீரியா, மலத்தைச் சாப்பிடும். வெறும் தண்ணிதான் வெளியவரும் அவ்வளவு சுத்தமாக்கும்.

சில மனித முயற்சிகள் இதன் சாதனைகளாக சமீபத்தில் நிற்கின்றன. இரண்டு உதாரணங்கள் கழிவு நீரை விவசாயத்திற்குப் பயன்படுத்தி வெற்றி கண்டிருப்பவர்கள் திருநெல்வேலி மாவட்டம் கீழ்ப்பாவூர் ஊராட்சியைச் சார்ந்த அதிசயபுரம் மக்கள். தமிழ்நாட்டின் முதன் முறையாக வெற்றி பெற்ற இடம் அதிசயபுரம்.

இன்னொன்று: தூத்துக்குடி கிருபை நகரைச்சார்ந்த ஜெல் ஜோசப் என்ற ஓய்வு பெற்ற 74 வயது அரசு ஊழியர். அவர் இதைச் சாதித்திருக்கிறார்

2030இல் இந்தியா குடிநீர் பற்றாக்குறையாகும் என்ற எச்சரிக்கையி லிருந்து விடுபட திருநெல்வேலி அதிசயபுரமும், தூத்துக்குடி கிருபை நகரும் நம்பிக்கையாக நிற்கின்றன. ஓட்டளிப்போம் அதிசயபுரத்திற்கும் கிருபை நகருக்கும்.

குளம், குட்டைகள், ஆறுகளை ஆழப்படுத்துவது ஒருபுறம் இருந்தாலும், தண்ணீர் சிக்கனம் என்பது தவிர்க்க முடியாததாக உள்ளதால், கழிவு நீரைக் கூட ஏதாவது ஒரு வகையில் பயன்படுத்தியாக வேண்டிய கட்டாயத்துக்குத் தள்ளப்பட்டுள்ளோம்.

கழிவு நீர்த் தொட்டி சுத்திகரிப்பில் உயிர் இழந்தவர்கள் தமிழகத்திலேயே ஆயிரக்கணக்கான பேர். அவர்களுக்கும் அஞ்சலியாகவாவது நோட்டா கழிவு நீருக்கு. ஓட்டு சுத்திகரிப்பு நீருக்கு... என்று கோஷம் போடலாம்.

புகையே பகை

புகையே பகை என்பது பழமொழிபோல் சாதாரண சொலவடை போல் சொல்லிச்சொல்லி நிலைத்து விட்டது. பீடி சிகரெட் புகைப்பது மட்டுமா பகையாகிறது உடம்பிற்கு. அடுப்பிலிருந்து வரும் புகை கூட பகையே...

செல்லம்மினிக்கு 82 வயதாகிறது. பழைய காலத்து மனுஷி. கிராமத்து உணவுகளும் பழக்க வழக்கங்களும் அவள் உடம்புக்கு எந்த நோயும் வராதபடி செய்திருக்கிறது. ஆனால், இப்போதெல்லாம் சோர்ந்து போகிறாள். படுத்தே கிடக்கிறாள். பரிசோதனையில் நுரையீரல் புற்று நோய் என்றார்கள். செல்லம்மினி அதிர்ந்து விட்டாள். எப்படியெல்லாமோ யோசித்தாள். எந்தக் காரணமும் தென்படவில்லை. உணவில் ரொம்பவும் ஜாக்கிரதையாக இருப்பாள். மருத்துவர் அவளின் உணவுப் பழக்கவழக்கங்களை தினசரி வாழ்க்கை முறைகளைக் கேள்விப்பட்டு எல்லாம் ஓகே என்றார்.

"தினமும் எதிலே குளிப்பீங்க"

"வாடகை வீட்டு முன்னாலெ நாலு கல்லு வெச்சி ஒரு பாத்திரத்திலெ தண்ணி காச்சிக்குளிப்பேன். திருப்பூருக்கு வந்தப்புறம் பச்செத் தண்ணியிலெக் குளிக்காமெ சுடுதண்ணி வெச்சுதா குளிக்கறேன்."

"தண்ணி காச்சறதுன்னா"

"பனியன் பீஸ்க, பனியன் துண்டுத்துணிகளெ வெச்சு அடுப்பு எரிப்பேன்."

சிதைந்த, அழுக்கான பனியன் துணிகள். துண்டுகள் பக்கமிருந்த பனியன் கம்பெனிகளில் சில சமயம் இலவசமாகக் கிடைக்கும், சில சமயம் கொஞ்சம் பணம் கொடுத்து அரை மூட்டை என்று வாங்கி சீக்கிரம் அடுப்பு எரிகிறதே என்று பயன்படுத்துவாள். அதுதான் காரணம் என்றார் மருத்துவர். அந்த சாயம் தோய்ந்த பனியன் துண்டுகளை சுவாசித்ததால் வந்தக் கோளாறுதான் புற்று நோய்க்கான காரணம் என்றார். கிராமத்தில் நெசவு நொடிந்து போனபின்பு அவளின் ஒரே மகன் திருப்பூர் பனியன் கம்பெனியில் வேலை செய்கிறான். வாடகை வீடு. "வெறகு விக்கற வெலையிலெ அதெ வாங்க முடியுமா. தண்ணீ காய்ச்சறதுக்குன்னு பனியன் பீஸ்சுகதா."

திருப்பூர் நகர வீதிகளில் தென்படும் விறகைச் சுமந்த வாகனங்களும், வேபிரிட்ஜ் முன்னால் எடை போட நிற்கும் விறகு வாகனங்களும் அவை எங்கிருந்து கொண்டு வரப்படுகின்றன, மற்றும் மரங்களின் அழிப்பு பற்றிய யோசனைகளுக்கும் யூகங்களுக்கும் இட்டுச் சென்று மனத்தை கனக்கச் செய்யும்.

திருப்பூரின் பின்னலாடை துறைக்கு தினந்தோறும் 1000 லோடு விறகு தேவைப்படுகிறது. ஒரு லோடு சுமார் 15 டன் எடைக்கு இணையானது. ஒரு டன் 4500 ரூபாய் என்ற விகிதத்தில் சுமார் 5 கோடி ரூபாய் மதிப்புள்ள விறகு திருப்பூர் பனியன் தொழிலின் டையிங், காம்பேக்டிங், ரோட்டரி பிரிண்டிங்கில் போன்ற பிரிவுகளில் தினந்தோறும் பயன்படுத்தப்படுகிறது. இவை பெரும்பாலும் ராமநாதபுரம் போன்ற மாவட்டங்களிலிருந்து கொண்டு வரப்படுகின்றன. கருவேலம், வெள்ள வேலம், முள்வேலி, வேம்பு போன்ற மரங்கள் அவை. அதில் வேலம், கருவேலம் போன்றவை அதிக வெப்ப சக்தியைத் தரக்கூடியவை என்பதால் திருப்பூர் பின்னலாடைத் தொழிலுக்கு வெகுவாக முன்னுரிமை தந்து பயன்படுத்தப்படுகின்றன. டையிங் தொழிற்சாலைகளில் நீராவிக்கான பாய்லரில் விறகு பயன்படுத்தப்படுகிறது. பாய்லரின் உயர்ந்தபட்ச செயல்பாடுகளுக்காக அவற்றின் வடிவமைப்பு காற்றழுத்தம், ஈரப்பதம் ஆகியவற்றை மனதில் கொண்டு உருவாக்கப்படுகிறது. விறகு, கரி, மின்சாரம், எண்ணெய், டீசல் போன்ற எரிபொருட்களில் விறகு மிகவும் விலை குறைந்ததாக இருப்பதால் அதிக அளவு பயன்படுத்தப்படுகிறது.

சோலைக் காடுகளின் மரங்கள் நீண்ட நாள் ஈரப்பதம் கொண்டவை என்பதால் அவை பயன்படுத்தப்படுவதில்லை. கோவை மாவட்டத்தின் ஓரப்பகுதிகளான மேற்குத் தொடர்ச்சி மலைகளின் தெற்குப் பகுதிகளில் மரங்கள் அதிகம் வெட்டப்படுகின்றன. மரங்களை அழித்தல் என்பது சுற்றுச்சூழல் பாதிப்புகள், சமூக நிலையில் சிக்கல்கள், உலக அளவில் சமூக பிரச்சினைகளையும், உலக வெப்பமயம், வெள்ளம் மற்றும் பஞ்சம், மண் அரிப்பு போன்றவற்றுக்கு இட்டுச் செல்கின்றன. திருப்பூருக்கு வந்து சேரும் மரங்கள் பெரும்பாலும் சொந்த நிலங்களில் வளர்பவை, பொறம்போக்கு நிலங்களில் கிடைப்பவை, கோவில் மற்றும் வறட்சி பகுதி நிலங்களில் கிடைப்பவற்றை மரம் வெட்டுகிறவர்கள் புரோக்கர்கள் போன்றவர்களால் கொண்டு வரப்படுகின்றன. இதில் மரம் வெட்டுபவர், புரோக்கர்கள் போன்றவர்களின் கூலி, சற்றே லாபம் என்கிறத் தன்மை மீறி கடைசியாகத் தொழிற்சாலைகளுக்கு விநியோகிப்பவன் பெரும்பாலும் ஒரு மாதத்தின் இடைவெளியில் பணம் பெறும் வாய்ப்புடன் விறகை விநியோகிக்கிறான். அவனுக்குக்

கிடைக்கும் லாபம் முதலீட்டின் வட்டியுடன் பெருத்த தொகையாக அமைந்து விடுகிறது.

தொழிற்சாலைகளில் பயன்படுத்தப்படும் போது மிச்சமாகும் சாம்பல் நொய்யல் போன்ற நதிகளில் கொட்டப்பட்டு ரசாயனக் கழிவால் மூச்சுத் திணறிக் கொண்டிருக்கும் நதியை இன்னும் மாசாக்கிறது. முன்பெல்லாம் சாம்பல் சேகரிக்கப்பட்டு சலிக்கப்பட்டு சிமெண்ட் தொழிற்சாலைகளுக்கு பயன்பட்டதுண்டு. இதனால் உண்டாகும் புகை சுவாசிப்பின் மூலம் புகையிலையை விடக் கொடுமையான நோயைக் கொண்டு வரக்கூடியதாகும். பெரும் மாசுபாட்டுப் பிரச்சினைகளில் இது அதிகம் கவனத்திற்குரியதாக இல்லையென்றாலும் மிக கவனத்துடன் இருக்க வேண்டியதில் ஒன்றாகிறது. திருப்பூர் நகருக்கு காங்கயம், தாராபுரம், மங்கலம், அவினாசி, ஊத்துக்குளி போன்ற ஊர் பாதைகளின் வழியே விறகு வாகனங்கள் வருகின்றன. கேரளாவிலிருந்து வரும் வாகனங்களும் கோவை வழியாக வந்து சேர்கின்றன. வெட்டப்பட்டு சீராக அடுக்கப்பட்டு இறுக்கமாக கட்டப்பட்ட நிலையில் விறகு வாகனங்களைப் பார்ப்பது தினசரி காட்சியாகும். அவை இறுக்கமாக முறைப்படுத்தப்பட்டு கட்டப்பட்ட வகையில் வெகு அழகாகக் காட்சியளிக்கும். பெரும்பாலும் அவை காய வைக்கப்பட்டு பயன்படுத்தப்படுகின்றன. நன்கு காய்ந்த விறகு நல்ல எரிபொருளாகும். சல்பர் வாயு வெளியேற்றம், குறைந்த சாம்பலுடன் காய்ந்த விறகு சுலபமாகிறது.

தினமும் எட்டாயிரம் டன் விறகு திருப்பூருக்கு மட்டும் வரும்போது மற்றைய தொழில் நகரங்களுக்கும் இதே போன்று விறகு வாகனங்கள் சென்று கொண்டிருக்கும். தொடர்ந்து விடுமுறை நாட்கள், பண்டிகைக் காலங்களைத் தவிர மற்ற நாட்களில் விறகு வாகனங்கள் தொடர்ந்து வந்து கொண்டிருக்கின்றன. தொடர்ந்து இவ்வளவு பெரும் அளவு விறகு வெட்டப்பட்டும் கொண்டிருந்தால் காடுகளின் நிலைமை என்னவாகும் என்பது பயம்தரும் விஷயமாகி விடுகிறது.

விறகு சாதாரணமாகக் கிடைத்த பொறம்போக்கு நிலங்களின் ஆக்கிரமிப்பு அதிகமாகி விட்டதால் கிடைப்பதில்லை. எல்லாம் பட்டா போட்ட நிலங்களாகி விட்டன. பட்டா நிலங்களை தரிசாக வைத்திருக்காமல் மனைகளுக்காகப் பிரித்து விற்பனைக்கென்று இருக்கும் இடங்களாக்கி விடுவதால் மரங்கள் அங்கு மீண்டும் வளர சாத்தியமில்லை. அலங்கார விஷயங்களுக்கென்று மட்டும் மரங்கள் வளர்க்கப்படும். பின்னர் அங்கு. திருப்பூரைச் சுற்றியுள்ள பகுதிகளில் இருந்த மரம் வெட்டும் தொழிலாளர்கள் திருப்பூர் பின்னலாடைத் தொழிலுக்கு வந்து விட்டார்கள். மிகுந்த சிரமத்துடன் விஷ ஜந்துகளின் மத்தியில் உடம்பை காயமாக்கிக் கொண்டு மரம் வெட்டுவதை விட

பின்னலாடை தொழில் அவர்களுக்கு சுலபமானதாக இருக்கிறது. மரம்வெட்டி என்று தங்களை அழைத்துக் கொள்வதை விட பனியன் தொழிலாளி என்றோ பனியன் தொழிலில் ஈடுபட்டிருப்பவன் என்றோ அழைத்துக் கொள்வதில் சற்றே பெருமையடைகிறான். விறகுக்கான மரங்களை தரிசு நிலங்களிலும், அரசு நிலங்களிலும், சொந்தமான தனியார் நிலங்களிலும் வளர்க்கும் முயற்சிகள் வெகுவாகக் குறைந்து வருகின்றன. சரளை, செம்மண், களிமண் போன்ற பிரதேசங்களில் வளரும் மரங்கள் அடர்த்தியாக உறுதியாக இருக்கும். மணல், வண்டல் போன்ற பிரதேச மரங்கள் அவ்வளவு உறுதியானவை அல்ல. சரளை, செம்மண், களிமண் நிலங்களைப் பாதுகாப்பது இன்றைக்கு சிரமமாகி விட்டதால், அவற்றைப் பராமரிக்க ஆட்கள் கிடைக்காத போது, உறுதியற்ற சாதாரண மரங்களே மீண்டும் மீண்டும் வெட்டப்பட்டு கடத்தப்படுகின்றன.

வெகு அபூர்வமான மரங்களை இதனூடே விறகு என்ற பெயரில் காண்பது இன்னும் வேதனையானது. ஒரு புளிய மரம் சாதாரணமாய் வருடத்திற்கு 10,000 ரூபாய் வருமானம் தரக்கூடியது. புளிய மரங்களை ரசாயன விஷம் ஊற்றி அழித்துக் கொண்டு வரப்படுவதும் அவ்வப்போது நடைபெறுகிறது. ரசாயனங்களை ஊற்றி மரத்தை வீழ்த்துவது மரம்வெட்ட ஆட்கள் கிடைக்காத சூழலில் நடப்பதாக பல செய்திகளாக வருகின்றன. புளிய மரங்களின் அதீத வெப்பத்தை பாய்லர் தாங்காது என்பதும் அதை பெரிய அளவில் பயன்படுத்துவதில் தடைகளாய் அமைகிறது. இதே போல் காய்ந்த கரும்பும், சக்கையும் அபரிமிதமாய் கிடைக்கிற போது பயன்படுத்தப்படலாம். ஆனால் செங்கல் சூளை உபயோகிப்பிற்கென்று கரும்பு சார்ந்தவை பெருமளவில் உபயோகிக்கப்படுகிறது. செங்கலின் நிறம், உறுதி இவை கரும்புப் பொருட்களால் நிச்சயிக்கப்பட்டதாகிறது. அதனால் கரும்பிற்கு கிடைக்கிற விலை அளவு உயர்ந்து கொண்டே செல்கிறது. ஆனால், விறகின் விலையை ஒப்பிடும் போது கரும்பு விலை குறைந்திருக்கிறது. பேக்கரிகளிலும், உணவு விடுதிகளிலும் பயன் படுத்தப்படும் முந்திரி தோல் பொருட்களின் புகையும், வெப்பமும் மிகுந்த கேடு விளைவிக்கக் கூடியவை.

இச்சூழலில் இவ்வகை மரங்கள் அதிகம் வளர்க்கப்படும் நிலங்களைத் தேர்வு செய்து வளர்ப்பது மிக முக்கியம். வியாபாரப் பணப்பயிர் பொருள் போல அதற்கு முக்கியத்துவம் கொடுக்கப்பட வேண்டும். விளையுமிடத்தில் நிலத்தைப் பராமரிப்பது, விவசாயிக்கு அதிக சலுகைகள் தருவது, அது சார்ந்த பிரச்சினைகளைக் கவனிப்பது முக்கியமாகிறது இன்னும் பத்து ஆண்டுகளில் பின்னலாடைத் தேவைகளுக்கேற்ப 25% அதன் உபயோகம் கூடும் என்ற எதிர்பார்ப்பில் விளை நிலங்களைத் தேர்வு செய்ய வேண்டியிருக்கிறது.

மரங்களை எரிப்பதால் மிஞ்சும் புகையும், சாம்பலூடே பனியன் கழிவுகளை எரிப்பதால் வெளியேறும் புகையும் அபாயகரமாக அமைந்து விடுகிறது. சிறு பனியன் துண்டுகள் பிரிக்கப்பட்டு மறு உபயோகத்திற்கென்றாகிறது. அதற்கும் உபயோகமாகாத சிறு சிறு பனியன் துண்டுகளை திருப்பூர் நகர வெளிப்பகுதியில் குடியிருக்கும் மக்கள் தண்ணீர் குளியலுக்கென்று காய்ச்சுதல் போன்றவற்றுக்கு பயன்படுத்துகின்றனர். அல்லது சிறு சிறு பனியன் துண்டுகள் பட்டறைகளுக்குச் சென்று வீசப்படுவதும் இவ்வகையில் அடுப்பெரிக்கப் பயன்படுத்தப்படுகிறது. அவை வெளிப்படுத்தும் புகை மிகவும் நச்சுத்தன்மை வாய்ந்ததாக இருக்கிறது. விறகு சுள்ளியும், விலையில்லாமல் பெறும் வகையில் விறகு கிடைப்பதும் கிராமப்புறங்களில் சாதாரணம். அது நகரின் வெளிப்புறப் பகுதி ஏழை மக்களுக்குச் சாத்தியமில்லாத போது சிறு சிறு அழுக்கு பனியன் துண்டுகள் அதற்கு உபயோகமாகி புகை மண்டலத்தில் தங்களையும் இணைத்துக் கொள்கின்றன.

பொது இடங்களில் புகைத் தடுப்பு போன்ற சமீப சட்டங்களின் அமுலும் சிறைத் தண்டனையும் அவற்றின் அமுலாக்கமும் ஆறுதல் தரக்கூடிய வேளையில் புகை மண்டலத்தின் மூல வேர்களைத் தேடிக் கண்டுபிடித்து கவனத்தில் எடுத்துக் கொள்ளப்படவும் வேண்டியிருக்கிறது. இது ஒவ்வொரு நகரத்திற்கும் வெவ்வேறு வகையானத் தொழில் முறைகளாலும், தொழில்களாலும் மாறுபட்டாலும் கிளம்பும் புகை மூச்சுத் திணற வைக்கிற உபாயங்களாக மாறி விசுவரூபித்திருக்கின்றன. நெரிசலில் கிளம்பும் வாகனப்புகை தரும் தொல்லைக்கு அளவேயில்லை

திருப்பூரில் பல்வேறு சமூக சேவை பெயரிலான அமைப்புகள் மரங்கள் நடுவதை முக்கிய சேவையாக பல ஆண்டுகளாகச் செய்து வருகிறார்கள். "பனியன் தொழிலுக்காக வெளியூர்களிலிருந்து மரங்களை வெட்டி இங்குக் கொண்டு வந்து பயன்படுத்தறது. அப்புறம் இங்க மரம் நடறது. இதென்ன வேடிக்கையா இருக்கு. அந்த ஊர்கள்லே மரங்களே வளரவுடறதுதா மரியாதை. அங்கெ வெட்டிட்டு இங்கெ மர நடு விழாக்கள்ன்னு நடத்தி வேடிக்கை காட்டறது இன்னொரு வகைக் கொடுமை" என்கிறார் ஒரு தொழிற்சங்க வாதி.

"கார்ப்பரேட் சமூகப் பொறுப்புணர்வு என்பது நடைமுறைக்கு வந்தபின் பல நிறுவனத்தினர் அதற்குக் கணக்கு காண்பிப்பதற்காக அவர்களே லெட்டர் பேட் சமூக அமைப்புகளை உருவாக்கிக்கொண்டு இதுபோல் மரம் நடு விழாக்களில் செலவு செய்து கணக்கு காண்பித்து இயற்கையுடனான கணக்கை தீர்த்துக்கொள்கிறார்கள்" என்கிறார் ஒரு சமூக சேவகர்.

எந்த வகையானப் புகையாக இருந்தாலும் பகைதான் மனிதனுக்கு.

சுப்ரபாரதிமணியனின் பிற சுற்றுச்சூழல் நூல்கள்

நாவல்கள்

சாயத்திரை, புத்துமண்.

கட்டுரைகள்

தண்ணீர்யுத்தம், மேகவெடிப்பு, சூழல் அறம், நீர்ப்பாலை, சிவப்புப் பட்டியல், அழியும் மரங்கள், பசுமை அரசியல், வேட்டையாடிகள், பூமிக்கு மனிதன் தலைவனா!

எழுத்தாளர் சுப்ரபாரதிமணியன்

16 நாவல்கள், 15 சிறுகதைத் தொகுப்புகள் உட்பட 65 நூல்களை வெளியிட்டிருக்கும் சுப்ரபாரதிமணியன் தொடர்ந்து சுற்றுச்சூழல் சார்ந்து இயங்கி வருபவர். திருப்பூரில் வசித்து வருகிறார். "சாயத்திரை" என்ற சுற்றுச்சூழல் மாசுபாடு பற்றிய நாவலுக்கான தமிழக அரசின் பரிசு, சிறந்த சிறுகதையாளருக்கான இந்திய சனாதிபதி வழங்கிய "கதா விருது" உட்பட பல முக்கிய விருதுகளைப் பெற்றவர். இவரின் நாவல்கள், சிறுகதைகள் பல இந்திய மொழிகளிலும் ஆங்கிலத்திலும் வெளிவந்துள்ளன. குறிப்பாக "சாயத்திரை" என்ற திருப்பூர் சுற்றுச்சூழல் சார்ந்த நாவல் ஆங்கிலம், இந்தி, மலையாளம், வங்காளம், கன்னட மொழிகளில் வெளிவந்திருக்கிறது. "தண்ணீர் யுத்தம்", "நீர்ப்பாலை" போன்ற இவரின் நூல்கள் சுற்றுச்சூழல் பிரச்சினைகள் பற்றிப் பேசுகின்றன. பல நூல்கள் பல முக்கிய பல்கலைக்கழகங்களில் பாட நூல்களாக இருக்கின்றன. திருப்பூரைச் சார்ந்த இவர் 'கனவு' என்ற இலக்கியச் சிற்றிதழையும் 36 ஆண்டுகளாக நடத்தி வருகிறார். 15க்கும் மேற்பட்ட நாடுகளுக்குச் சென்றவர்.

பயண நூல்கள்

- ★ மண்புதிது (அய்ரோப்பா, இங்கிலாந்து பயண அனுபவம், காவ்யா, 1999)
- ★ எட்டுத் திக்கும் (என்சிபிஎச், சென்னை 2009)
- ★ ஓ... மலேசியா (பழனியப்பா, சென்னை 2017)

சுப்ரபாரதிமணியனின் நாவல்கள்

- ★ மற்றும் சிலர் 1987
- ★ சுடுமணல் 1990 (மலையாளத்திலும் வெளியாகி உள்ளது)
- ★ சாயத்திரை 1998 (சிறந்த நாவலுக்கான தமிழ அரசு பரிசு பெற்றது, ஆங்கிலம், கன்னடம், மலையாளம், கன்னடம், இந்தி மொழிகளில் வெளியாகியிருக்கிறது)
- ★ பிணங்களின் முகங்கள் 2003 (கோவை கஸ்தூரி சீனிவாசன் பரிசு பெற்றது ஆங்கிலத்தில் வெளிவந்துள்ளது)
- ★ சமையலறைக் கலயங்கள் 2005
- ★ தேநீர் இடைவேளை 2006 (ஆங்கிலத்தில் மொழிபெயர்ப்பாகியுள்ளது)
- ★ ஓடும் நதி 2007 (என்சிபிஎச்-கலை இலக்கியப் பெருமன்ற விருது பெற்றது)
- ★ நீர்த்துளி 2011 (ஜெயந்தன் படைப்பிலக்கிய விருது சிறந்த நாவலுக்கு)
- ★ நைரா (உயிர்மை)
- ★ தறிநாடா (என்.சி.பி.எச்.)
- ★ புத்துமண் (உயிர்மை)
- ★ நைரா (என்.சி.பி.எச்.)
- ★ கோமணம் (முன்னேற்றப் பதிப்பகம், மலையாளத்தில் வெளிவந்துள்ளது)
- ★ முறிவு - 2017 உயிர்மை (ஆங்கிலத்தில் வெளிவந்துள்ளது)
- ★ கடவுச்சீட்டு 2017 (முன்னேற்றப் பதிப்பகம்)
- ★ ரேகை (பொன்னுலகம் பதிப்பகம் 2018)